AF741517

മനുപ്രതാപ്

(മനോജ്.പി.നായർ)

കോട്ടയം ജില്ലയിലെ വെമ്പള്ളിയിൽ ജനനം. പിതാവ്: പരമേശ്വരൻ നായർ. മാതാവ്: ജാനകിയമ്മ. യൂണിവേഴ്സിറ്റി തലത്തിൽ നിരവധി പുരസ്ക്കാരങ്ങൾ ലഭിച്ചിട്ടുണ്ട്. ലേബർ ഇന്ത്യ സഹപത്രാധിപരായും 'കുഞ്ഞിക്കിളി' മാസികയുടെ പത്രാധിപരായും പ്രവർത്തിച്ചിട്ടുണ്ട്. ഇപ്പോൾ 'മംഗള'ത്തിൽ. ചിക്കൂസ് ബാലസാഹിത്യ അവാർഡിന് അർഹനായിട്ടുണ്ട്.

കൃതികൾ: ഉണ്ണികൾക്ക് ഉണ്ണിപ്പാട്ടുകൾ, ഉണ്ണികൾക്ക് ഉണ്ണിക്കഥകൾ, പോക്രോം പോക്രോം, തേൻകിണ്ണം, അറിവേറും കഥകൾ, പഠനം മധുരം

ഭാര്യ: ലീന (അധ്യാപിക) മകൻ: വിനായക് കൃഷ്ണ.

വിലാസം: പാറയിൽ, വെമ്പള്ളി (പി.ഒ.) കോട്ടയം.

manoosinbox@rediffmail.com

Malayalam Language
EMS nte Kuttikkalam
(Children's Literature)
by
Manuprathap
♦
Published in January 2023
by Kairali Books Private Limited
Thalikkavu Road, Kannur.
Ph : 0497-2761200
E-Mail : kairalibooksknr@gmail.com
♦
Cover Design
Rajesh Chalode
♦
Cover Illustration
Reji
♦
Printed at
Printing Park, Tly.

97/22-23/Sl.No.1405/500/NS 18.6
ISBN 978-93-93397-37-9

ഇ.എം.എസിന്റെ
കുട്ടിക്കാലം

മനുപ്രതാപ്

കൈരളി ബുക്സ്

എല്ലാവർക്കും വേണ്ടി ഇ.എം.എസിന്റെ കുട്ടിക്കാലം

ഇ.എം.എസിനെക്കുറിച്ച് കുട്ടികൾക്കായി ഒരു പുസ്തകം. നാളുകളായുള്ള എന്റെ മോഹമാണ്. അതിലേക്ക് എന്നെ പല പുസ്തകങ്ങളും പ്രേരിപ്പിച്ചിട്ടുണ്ട്. പ്രധാനമായും ഇ.എം.എസിന്റെ ആത്മകഥയായ 'ആത്മകഥ' എന്ന പുസ്തകമാണ്. മുതിർന്ന പത്രപ്രവർത്തകനായ അപ്പുക്കുട്ടൻ വള്ളിക്കുന്നിന്റെ 'അറിയപ്പെടാത്ത ഇ.എം.എസ്.' വലിയ പ്രചോദനമായിരുന്നു. ഇ.എം.എസിന്റെ മകൾ ഇ.എം. രാധയുടെ ഓർമപ്പുസ്തകമായ 'ഇ.എം.എസ്. മകളുടെ ഓർമകൾ' എന്ന പുസ്തകവും എനിക്ക് വഴികാട്ടിയായി നിന്നിട്ടുണ്ട്. സുഹൃത്തുക്കളായ ഉണ്ണിക്കൃഷ്ണൻ കിടങ്ങൂരും വി.എം. രാജമോഹനും നൽകിയ ആത്മവിശ്വാസം ചെറുതല്ല. എന്തിനും തുണയായി നിന്ന വീട്ടുകാർ, പുസ്തകം പ്രസിദ്ധീകരിക്കാമെന്ന് സമ്മതിച്ച കൈരളി ബുക്സിന്റെ അശോക് കുമാർ... എല്ലാവർക്കും നന്ദി. പുസ്തകത്തിൽ എന്തെങ്കിലും തെറ്റുകുറ്റങ്ങളുണ്ടായാൽ അത് ഈയുള്ളവന്റെ അറിവുകുറവായി കരുതി ക്ഷമിക്കുക. പുസ്തകം എഴുതുമ്പോൾ എനിക്ക് എന്നും ആവേശം കൊച്ചുകുട്ടികളാണ്. അവരുമായി നിരന്തരം സംവദിച്ചതിന്റെ ഓർമകളും എന്റെ പുസ്തകങ്ങൾ വായിച്ച് കത്തുകളിലൂടെയും നേരിട്ടും അവർ നൽകിയ സ്നേഹവും അഭിപ്രായങ്ങളും വലിയ മുതൽക്കൂട്ടായി മുന്നിലുണ്ട്. 'ഇ.എം.എസിന്റെ കുട്ടിക്കാലം' കേരളീയർക്ക് സമർപ്പിക്കുന്നു

മനുപ്രതാപ്

ഈ കഥ നടക്കുന്നത് കുറച്ച് വടക്കാണ്. മലപ്പുറം ജില്ലയിലെ പെരുന്തൽമണ്ണ എന്ന സ്ഥലത്ത്. കഥയിൽ നായകനായെത്തുന്നത് കുഞ്ചുവാണ്ട്ടോ. ആരാ കുഞ്ചൂന്ന് കൂട്ടുകാർക്ക് മനസിലായോ...? കേരളത്തിന്റെ ആദ്യത്തെ മുഖ്യമന്ത്രിയായിരുന്ന ഇ.എം.ശങ്കരൻ നമ്പൂതിരിപ്പാട്. രാഷ്ട്രീയ നേതാവും സാമൂഹിക പ്രവർത്തകനും ഒക്കെയായിരുന്നു അദ്ദേഹം. കുഞ്ചു എന്ന ഇ.എം.എസിന്റെ കഥ നിങ്ങൾക്കും അറിയണ്ടേ.. ദാ, എങ്കിൽ പോന്നോളു..

ഉള്ളടക്കം

'കുടുകുട്ടപ്പൻ' കുഞ്ചു

കുന്തിപ്പുഴയുടെ തീരത്തായാണ് ഏലംകുളം ദേശം. ഭാരതപ്പുഴയിൽ ചെന്നുചേരുന്ന മനോഹരിയായ ഒരു പുഴയാണ് കുന്തിപ്പുഴ. അതിന്റെ തീരത്താണ് ഏലങ്കുളം. പ്രതാപികളായവർക്കു മാത്രമാണ് അന്ന് നാട്ടിൽ സ്വത്തുണ്ടായിരുന്നത്. ഏലംകുളത്തെ ഏറ്റവും പ്രതാപികളായിരുന്നു ഏലംകുളം മനക്കാർ. പ്രതാപികൾ എന്നു വച്ചാൽ നാട്ടിൽ അറിയപ്പെടുന്നവർ. എന്തിനും സ്വാതന്ത്ര്യമുള്ളവർ. ജാതിയിൽ ഉന്നതരായവർ. ധാരാളം സ്വത്തുള്ളവർ. അവരുടെ പ്രതാപത്താൽ ആ ദേശത്തിന്റെ പേരിൽത്തന്നെയാണ് അവിടുത്തെ മനയും അറിയപ്പെട്ടിരുന്നത്. ഏലംകുളം മന! ഇത്ര വലിയ മനയാ ണെങ്കിൽ എന്തായിരിക്കും അവരുടെ സ്വത്ത്.? ഒന്ന് ആലോചിച്ച് നോക്കൂ.. എന്നാൽ ഇതിനെക്കുറിച്ച് കാര്യമായ അറിവ് മനയിലുള്ളവർക്കും ഉണ്ടായിരുന്നില്ല. അവിടെ പണിയെടുക്കുന്നവർക്ക് അറിയോ..? അതുമില്ല. ഏക്കറുകളോളം അതങ്ങ് പരന്നു കിടക്കുകയാണ്. അതൊന്നു ചുറ്റിക്കാണണമെങ്കിലോ...? അതിന് മണിക്കൂറുകളെടുക്കും. ആ വലിയ മനയിലാണ് കുഞ്ചു പിറന്നത്. രണ്ടിലധികം ആൺകുട്ടികൾ ഏലംകുളം മനയിൽ ജീവിച്ചിരിക്കില്ല എന്നൊരു വിശ്വാസം അക്കാലത്തുണ്ടായിരുന്നുവത്രെ!. ഇ. എം.എസിന്റെ അതായത് കുഞ്ചുവിന്റെ അമ്മ ആദ്യം പ്രസവിച്ച രണ്ടു കുട്ടികൾ മരിച്ചു. മൂന്നാമത് ഒരു കുട്ടിയുണ്ടായി. പരമേശ്വരൻ എന്നായിരുന്നു അവന്റെ പേര്. അച്ഛന്റെ രണ്ടാം ഭാര്യയിലെ രണ്ടു സഹോദരങ്ങൾകൂടി അപ്പോഴുണ്ടായിരുന്നു. രാമനും ബ്രഹ്മദത്തനും. അതിനും താഴെയായാണ് കുഞ്ചു ജനിച്ചത്. അക്കാലത്ത് ഇല്ലത്ത് പ്രസവം അനുവദിച്ചിരുന്നില്ല. അടുത്തെങ്ങും ആശുപത്രിയുമില്ല. അതിനായി ഇല്ലത്തിനു പുറത്ത് 'വാരിയം' എന്നൊരു വീടുണ്ടായിരുന്നു. വാരിയത്താണ് 'പ്രസവങ്ങൾ നടക്കുക. അങ്ങനെ മനയിലെ നാലാമത്തെ കുട്ടിയായി 'വാരിയത്ത്' അവൻ പിറന്നു.

ശങ്കരൻ എന്നാണ് കുട്ടിക്ക് പേരിട്ടത്. എന്നാലും എല്ലാവരും 'കു ഞ്ചു' എന്നാണ് വിളിച്ചിരുന്നത്. ഇല്ലത്തെ നാലാമത്തെ ആൺകുട്ടി യല്ലേ..? അതായത് നാലാമത്തെ തമ്പുരാൻ! അതിനാൽ എല്ലാവ രും കുഞ്ചുവിനെ 'നാലമ്പരാൻ'എന്നു വിളിച്ചു. കുസൃതിനിറഞ്ഞ, തിളങ്ങുന്ന ഉണ്ടക്കണ്ണുകളും നല്ല തടിയമുള്ള ഒരു 'കുടുകുട്ടപ്പൻ' കുട്ടിയായിരുന്നു കുഞ്ചു.

മരണത്തെ തോൽപിച്ച ഉണ്ണി

കുഞ്ഞായിരുന്നപ്പോൾ കുഞ്ചുവിന് ഒരു വലിയ രോഗം പിടി പെട്ടു. കുഞ്ഞെന്നു പറഞ്ഞാൽ ഒന്നര വയസ്. ഗ്രഹണിയായിട്ടാ യിട്ടായിരുന്നു അസുഖത്തിന് തുടക്കം. "അതു സാരല്ല്യാന്ന്... കു ട്ടികൾക്ക് അങ്ങനൊക്കെ വരും.. ഏതേലും വൈദ്യരെ കണ്ടാ മ തി" മുതിർന്നവർ വിധിച്ചു. അങ്ങനെ ചില ലൊട്ടുലൊടുക്കു മരു ന്നുകൾ കുഞ്ചു കഴിക്ക്യേം ചെയ്തു. എന്നാൽ പെട്ടെന്ന് രോഗം കൂടി. കുഞ്ചു രക്ഷപ്പെടില്ലെന്നു നാട്ടിലെങ്ങും വാർത്ത പരന്നു. കേട്ടവർ കേട്ടവർ പറഞ്ഞു.

"നോക്കിക്കോ.. കുഞ്ചീന്റെ ആയുസ് കഴിഞ്ഞു. ചെക്കൻമാര് ഇ ല്ലത്ത് വാഴില്ല്യാ.. അത് അച്ചട്ടാണ്.'

"ശരിതന്നെ.. ഇല്ലത്തമ്മേടെ കാര്യാണ് കഷ്ടം! ഇതിനെയെങ്കി ലും നന്നായി വളർത്താന്ന് ആയമ്മ വിചാരിച്ചിട്ടുണ്ടാവും. ഈശ്വ രൻ അതിനേം വിളിക്ക്യാന്ന് തോന്നണു.." ആൺകുട്ടികൾ ഇല്ല ത്ത് വാഴില്ലെന്ന ചൊല്ലിനെക്കുറച്ചാണ് എല്ലാവർക്കും പറയാനു ണ്ടായിരുന്നത്. ഇല്ലത്തുള്ളവർ മാത്രമല്ല, പുറംപണിക്കാരും അടു ക്കളപ്പണി ക്കാരുമെല്ലാം കുഞ്ചുവിനുവേണ്ടി പ്രാർഥിച്ചു. വഴിപാടു കൾ നേർന്നു. ഇല്ലിത്തള്ള എന്ന് എല്ലാവരും വിളിച്ചിരുന്ന ഒരു സ് ത്രീയുണ്ടായിരുന്നു. വീട്ടിലെ പുറംപണി ചെയ്തിരുന്നവരായിരു ന്നു അവർ. അവരും നേർന്നു ഒരു വഴിപാട്. "ന്റെ ഉണ്ണിക്ക് ജീവൻ തിരിച്ചുകിട്ട്യാൽ ഏൻ കാളിയമ്മന് മുടി കൊടുത്തോളാവേ.." അ വർ കാളിയമ്മയെ വിളിച്ച് കരഞ്ഞു. ഇല്ലത്തുള്ളവർ അവരുടെ കൊച്ചമ്പരാനുവേണ്ടി അമ്പലത്തിൽനിന്ന് ഇറങ്ങാതെ പ്രാർഥിച്ചു. അങ്ങോട്ടും ഇങ്ങോട്ടുമില്ലാതെ കിടക്കുന്ന കുട്ടി രക്ഷപ്പെടണമെ ങ്കിൽ ഇനി 'മാളികയിൽ ഭഗവതി കാക്കണം' എന്ന് അവർ ഉറച്ചു വിശ്വസിച്ചു. തറവാട്ടു ദൈവമാണ് മാളികയിൽ ഭഗവതി. വീടിനു പടിഞ്ഞാറുള്ള ഇരുനില കെട്ടിടത്തിനു മുകളിലാണ് ഭഗവതിയു

ള്ളത്. അവിടേയ്ക്ക് ഹിന്ദുക്കളല്ലാത്തവർക്ക് പ്രവേശനമില്ല. സന്തോഷം വന്നാലും സങ്കടം വന്നാലും വീട്ടുകാരും നാട്ടുകാരും ഓടിയെത്തുന്നത് ഇവിടെയാണ്. അടുത്തെങ്ങും ആശുപത്രിയില്ലാത്തതിനാൽ ചികിത്സ വലിയ ബുദ്ധിമുട്ടാണ്. അക്കാലത്ത് ആരെയും ആശുപത്രികളിൽ കൊണ്ടുപോകാറുമില്ല. എന്തിനും ഏതിനും കാവലായി ഭഗവതിയുണ്ടല്ലോ... ഭഗോതി കാത്തോളും... പിന്നെ അത്യാവശ്യത്തിന് നാട്ടിലൊരു വൈദ്യരുണ്ട്. കുട്ടികളെ ചികിത്സിക്കുന്ന അവറാൻകുട്ടി. വിവരമറിഞ്ഞ് മൂപ്പരെത്തി. അവറാൻകുട്ടി തൊട്ടാൽ ചില്ലറ ദീനമൊക്കെ മാറും. അതായിരുന്നു അക്കാലത്തെ വിശ്വാസം. അത്രയ്ക്ക് കൈപ്പുണ്യമുള്ള ആളായിരുന്നുവത്രെ അദ്ദേഹം. അങ്ങനെയാണ് അവറാൻകുട്ടി എത്തിയത്. അപ്പോഴാണ് പുതിയ ഒരു വിഷയം. “ചികിത്സ നടത്തുന്നതിൽ വിരോധില്ല.. പക്ഷേ അത് മാളികയിൽ ഭഗോതീടെ മുന്നിൽ വച്ചന്നെ വേണം..” കാരണവർ ശഠിച്ചു. പിന്നെ അതിന് മാറ്റമില്ല. പക്ഷേ ഒരു കുഴപ്പമുണ്ട്. അങ്ങോട്ട് അഹിന്ദുവായ അവറാൻകുട്ടിക്ക് പ്രവേശനമില്ല. പിന്നെന്തുചെയ്യും.? അതിനും കാരണവർതന്നെ ഉപായം കണ്ടെത്തി. “ഭഗോതി കുടികൊള്ളണ പടിഞ്ഞാറെ പടിപ്പുര വാതിലിൽ അവറാൻകുട്ടി വന്നു നിൽക്കട്ടെ. ഉണ്ണിയെ അങ്ങോട്ടു കൊണ്ടുചെല്ലാം... ന്താ... പരിശോധനയും ചികിത്സയും പടിക്കു പുറത്തുമതി. അവിടെയാകുമ്പോൾ ദേവിയുടെ നോട്ടം ഉണ്ണിയുടെ മേൽ ണ്ടാവ്കേം ചെയ്യും... പോരേ...?” തമ്പ്രാൻ വിധിച്ചാ മാറ്റമില്ല. അങ്ങനെ തന്നെ. വൈകാതെ ചികിത്സ തുടങ്ങി. നാടെങ്ങും അന്ന് ഒരു പ്രാർഥനയേ ഉണ്ടായിരുന്നുള്ളൂ.. ഏലംകുളത്തെ ‘നാലമ്പരാൻ’ രക്ഷപ്പെടണേ..! ഭഗവതി കടാക്ഷിച്ചിട്ടോ, അവറാൻകുട്ടി വൈദ്യരുടെ കൈപ്പുണ്യമോ.. അതോ ഇല്ലിത്തള്ളയടക്കമുള്ള നാട്ടുകാരുടെ പ്രാർഥനയോ.. എന്തായാലും കുഞ്ചുവിന്റെ അസുഖം മാറി. മരണത്തിൽനിന്നും കുഞ്ചു മിടുമിടുക്കനായി തിരിച്ചെത്തി. ഇല്ലത്തും ദേശത്തും സന്തോഷം നിറഞ്ഞു.

കുഞ്ചു നയിക്കട്ടെ!

1099ലെ കർക്കിടകം ഒന്നാം തീയതി. വല്ലാത്ത മഴയാണ്. ദിവസങ്ങളായി മഴ തുടങ്ങിയിട്ട്. ഒരേ പരുവത്തിൽ അങ്ങനെ ആർത്തലച്ചു പെയ്യുകയാണ്. അതിനൊപ്പം ശക്തിയായ 'ചുളുചുളാ'ന്നുള്ള കാറ്റുമുണ്ട്. ആളുകൾ പുറത്തിറങ്ങിയിട്ട് ദിവസങ്ങളായി. കുന്തിപ്പുഴ നിറഞ്ഞുകവിഞ്ഞു. കുന്തിപ്പുഴയിൽനിന്നും പറമ്പുകളിലേക്ക് വെള്ളം കുതിച്ചെത്തിത്തുടങ്ങി. അടുത്തുള്ള കുടിലുകളെല്ലാം തകർന്നടിഞ്ഞു. ആളുകൾ കെട്ടുംകിടക്കയുമായി ഏലംകുളം മനയ്ക്കലേക്ക് എത്തി. കഷ്ടപ്പാടിലും ദുരിതത്തിലും അവർക്ക് ആശ്രയിക്കാൻ മറ്റൊരിടമില്ല. കിടപ്പിനും തീറ്റയ്ക്കും മുട്ടുവന്നാൽ രക്ഷിക്കാൻ ഏലംകുളം മന മാത്രമേയുള്ളൂ. എല്ലാവരേയും ഇല്ലത്തിന്റെ കിഴക്കുഭാഗത്തുള്ള മേലേതൃക്കോവിലിലേക്ക് എത്തിച്ചു. മേലേ തൃക്കോവിൽ ക്ഷേത്രം അൽപം ഉയർന്ന സ്ഥലത്താണ്. ക്ഷേത്രത്തിനു ചുറ്റും പരന്നുകിടക്കുന്ന കുറച്ചധികം സ്ഥലമുണ്ട്. അവിടെയിരുന്നാൽ തൽക്കാലത്തേയ്ക്ക് രക്ഷനേടാം. ഒരിക്കലും വെള്ളം കടന്നുവരാത്ത ഇല്ലത്തിനോടു ചേർന്നുള്ള വാരിയത്തേക്കും വെള്ളം കടന്നു. അവിടെ തൊഴുത്തിലുണ്ടായിരുന്ന പശുക്കൾ മരണഭയത്താൽ കരയാൻ തുടങ്ങി.

"പാവം പശുക്കള്.. കണ്ടില്ലേ കരയണത്.. വെശന്നിട്ടാ.."

"വെശപ്പ് മാത്രല്ല, തണുപ്പും അയ്റ്റയ്ക്ക് സഹിക്കാനാവുന്നില്ല.."

"കരച്ചില് നിർത്തണില്ലല്ലോ കാളീ. ന്താത് കഥ..?"

"തംശയിക്കണ്ട മാക്കേ.. മഴ ഇപ്പളൊന്നു നിൽക്കില്ല. വെള്ളം ഇനീം പൊങ്ങും. അതാ അവറ്റകള് ങ്ങനെ നീട്ടി കരേണത്. അത് അവറ്റോള്ക്ക് അറിയാം. "

ഇങ്ങനെ കുടിയിരുന്നവർ പറഞ്ഞുകൊണ്ടിരുന്നു. വെള്ളം പിന്നെയും ഉയർന്നുകൊ ണ്ടിരുന്നു. പശുക്കൾ വെള്ളത്തിലായി.

"ഇത്ങ്ങളെ എങ്ങെനയാ രക്ഷിക്ക്യാ..?" മനയിലുള്ളവർ പര സ്പരം ചോദിച്ചു. അവർ കാരണവരോട് തിരക്കി. കരണവർക്കും ഉത്തരമില്ല. സങ്കടപ്പെട്ടുനിന്ന കാരണവരോട് ചാത്തു പറഞ്ഞു.

"അയിന് ഒരു വഴിയേയുള്ളൂ തമ്പ്രാ.. എല്ലാറ്റിനേം കെട്ടഴിച്ചുവി ടുക. ഭാഗ്യമുണ്ടെങ്കിൽ അവറ്റകൾ എവിടേക്കെങ്കിലും പോയി ര ക്ഷപ്പെടട്ടെ." ചാത്തു പാടത്തുപണിയുന്നവനാണ്. മണ്ണിന്റെ മന സറിയാം. കാറ്റിന്റെ ദിശയറിയാം. മഴയുടെ വരവറിയാം. മൃഗങ്ങളു ടെ ഉള്ളറിയാം. അത്തരത്തിലുള്ളവനാണ് ചാത്തു. അതുകൊണ്ടു തന്നെ ചാത്തു പറഞ്ഞത് ശരിയാണെന്ന് എല്ലാവർക്കും തോന്നി. ഉടൻ ഒരാൾ പോയി പശുക്കളുടെ കയറഴിച്ചുവിട്ടു. അവ നാലു ദി ക്കുകളിലേക്കും കുതിച്ചു.

"മറ്റ് മാർക്കോന്നും ഇല്ലാത്തോണ്ടാ.. രക്ഷപ്പെട്ടാ തിരിച്ചുവര ണേ മക്കളേ.." ചാത്തു കൈകൾ കൂപ്പി ഉറക്കെ വിളിച്ചുപറഞ്ഞു. വൈകാതെ വെള്ളം ഇല്ലത്തേക്കും കയറി. ഇനിയും കാത്തിരു ന്നാൽ ആപത്താണ്. കുറച്ചുകൂടി സുരക്ഷിതമായ മറ്റേതെങ്കിലും പ്രദേശത്തേയ്ക്കു മാറിയേ തീരൂ. ഏലംകുളം ദേശത്ത് മറ്റു രണ്ട് നമ്പൂതിരി തറവാടുകൾ കൂടിയുണ്ടായിരുന്നു. പുതുമനയും മുതു കുർശിയും.

"പുതുമനയിൽ പെട്ടെന്നൊന്നും വെള്ളം എത്തില്ല, കുറച്ച് ഉ യർന്ന സ്ഥലത്താണ്. സ്ത്രീകളേയും കുട്ടികളേയും അങ്ങോട്ടു മാറ്റാം"കാരണവർ പറഞ്ഞു.

"നേരാ.. പക്ഷേ ആരാണ് അവരെ കൊണ്ടുപോവുക..?" കാര്യ സ്ഥൻ തിരക്കി.

"സംശയിക്കണ്ടാ.. കുഞ്ചൂന് വഴിയൊക്കെ നല്ല തിട്ടാ.. അവരെ കുഞ്ചു അവിടെ എത്തിക്കും.." കാരണവർ പറഞ്ഞു. അങ്ങനെ കു ഞ്ചു അവരുടെ തലവനായി പുതുമനയിലേക്ക് നീങ്ങി.

അമ്മയുടെ കൺമണി!

കുഞ്ചുവിന് ഓർമവയ്ക്കുന്നതിനു മുൻപുതന്നെ അച്ഛൻ മരിച്ചു. അതിനാൽ അച്ഛന്റെ വ്യക്തമായ രൂപംപോലും കുഞ്ചുവിന് ഓർമയുണ്ടായിരുന്നില്ല. അച്ഛനുംകൂടി പകരമായി നിന്നിരുന്നത് അമ്മയായിരുന്നു. കുഞ്ചുവിനെ മിടുക്കനായി വളർത്തണമെന്ന് അമ്മ ആഗ്രഹിച്ചു. കേമനാക്കണമെന്നല്ല, അവനെ ഒരു നല്ല മനുഷ്യനാക്കി വളർത്തണമെന്നായിരുന്നു അമ്മ ആഗ്രഹിച്ചിരുന്നത്. അതിനാൽ ചെറിയ തെറ്റുകൾക്കു പോലും കുഞ്ചുവിന് അമ്മയുടെ വക ശിക്ഷ ഉറപ്പായിരുന്നു. കുഞ്ചുവിന് പൂർണ ആയുസും ആരോഗ്യവും ഉണ്ടാകുന്നതിനുവേണ്ടി കഠിനമായ പ്രാർഥനളും അമ്മ നടത്തിയിരുന്നു. അതിൽ മിക്കപ്പോഴും കുഞ്ചുവിനേയും പങ്കെടുപ്പിച്ചിരുന്നു. ബുദ്ധിയുണ്ടാകുന്നതിന് വയമ്പ് നൽകുക അമ്മ നടപ്പാക്കിയ ഒരു സൂത്രമായിരുന്നു. മറ്റൊന്ന് കുഞ്ചുവിന് പത്തുവയസാകുന്നതുവരെ അടുത്തുള്ള ശിവക്ഷേത്രത്തിൽ എല്ലാ ദിവസവും തൊഴീച്ചോളാം എന്ന വഴിപാടായിരുന്നു. അതുകൊണ്ട് സംഭവിച്ചത് കുഞ്ചുവിന് സ്വാതന്ത്ര്യം നഷ്ടമായി എന്നതാണ്. അവധിക്കാലത്ത് മറ്റു കുട്ടികളെല്ലാം ബന്ധുവീടുകൾ സന്ദർശിക്കാനായി പോകുമ്പോൾ കുഞ്ചുവിന് അതിനു കഴിയാറില്ല. ബന്ധുവീടുകളിൽ പോയാൽ ക്ഷേത്രദർശനം നടക്കില്ലല്ലോ. ഒരു ദിവസം അമ്മയുടെ വീട്ടിൽ ഒരു വിവാഹം വന്നു. അതിന് അമ്മയ്ക്ക് പോയേ തീരൂ. അതുകൊണ്ട് അതിരാവിലെ അമ്പലത്തിൽ പോയി തൊഴുതു. എന്നിട്ടാണ് ബന്ധുവീട്ടിലേക്കു പോയത്. കുഞ്ചുവും കൂടെയുണ്ട്. വിവാഹം നടക്കുമ്പോഴും ബന്ധുക്കൾ തമ്മിൽ കുശലം പറയുമ്പോഴുമൊക്കെ അമ്മ സങ്കടപ്പെടുന്നത് കുഞ്ചു കാണുന്നുണ്ടായിരുന്നു.

“ശോ.. നേരം വൈകണല്ലോ..എന്താ ചെയ്ക.. ” എന്ന് തനിച്ച് പറയുന്നതും കേൾക്കാം. എന്തായാലും ഊണുകഴിഞ്ഞതേ അമ്മ

യും കുഞ്ചുവും അവിടെനിന്നു മടങ്ങി. ഓടിയും പിടിച്ചും നട അടയ്ക്കുന്നതിനു മുന്നേ ക്ഷേത്രത്തിലെത്തി. "മേൽതൃക്കോവിലപ്പാ... ന്റെ ഉണ്ണിയെ കാത്തോണേ.. അവനെ ആപത്തിൽ ഒന്നും പെടുത്തിയേക്കരുതേ.."അമ്മ പ്രാർഥിച്ചു. അതു കഴിഞ്ഞപ്പോഴാണ് അമ്മയുടെ ശ്വാസം നേരെ വീണത്.

ഒരു തീവണ്ടി യാത്ര!

മറ്റു കുട്ടികളൊക്കെ പല ദിക്കിലേക്ക് യാത്ര പോയി വരുമ്പോൾ കുഞ്ചു വിശേഷം തിരക്കും.

"എങ്ങന്യാ പോയേ..?"

"ഞാൻ തോണീലാ പോയത്. പൊഴേടെ നടുക്കൂടെ തോണീല് യാത്ര ചെയ്യാൻ എന്ത് രസാന്നറിയ്യോ.. നെറച്ചും കാറ്റാണ് കുഞ്ചൂ.. തണുത്ത കാറ്റ്.. അതിങ്ങനെ മേത്തൂടേം മൊകത്തൂടോം അടിച്ചോണ്ടിരിക്കും. പിന്നെ, പോണ വഴീല് വള വിൽക്കണോരേം ബലൂണ് വിൽക്കണോരേം ഒക്കെ കണ്ടു."

"ഞങ്ങള് കാളവണ്ടീലാ പോയത്. ഹോ.. എന്തോരം കാഴ്ചകളാ.. കുഞ്ചു എന്താ എങ്ങട്ടും പോവാത്തേ..?" എല്ലാം പറഞ്ഞു കഴിയുമ്പോൾ അവർ ചോദിക്കും. അതുകേട്ട് സങ്കടത്തോടെ കുഞ്ചു ഓടി അമ്മയുടെ അടുത്തെത്തും. "നിക്കും കയറണം കാളവണ്ടീലും തോണീലും. നിക്കും ഒത്തിരി ദൂരെ പോണം.. ബലൂണും പീപ്പീം മേടിക്കണം.."കുഞ്ചുവിന്റെ കരച്ചിൽ കാണുമ്പോൾ അമ്മ ആശ്വസിപ്പിക്കും.

"എല്ലാരേം പോലല്ല കുഞ്ചൂ.., നീയ്..! നെനക്ക് എന്നും മേൽതൃക്കോവിൽ തൊഴണ്ടേ..? അതു മറന്ന് ഒരൂട്ടത്തിനും പോവണ്ട.. വഴിപാടൊക്കെ കഴിഞ്ഞ് കുഞ്ചൂനെ അമ്മ കൊണ്ടോവാട്ടോ.." അപ്പോൾ കുറച്ചൊരു ആശ്വാസം തോന്നും. അങ്ങനെ ഒരു ദിവസം കുഞ്ചൂന് കാളവണ്ടീലല്ല, തീവണ്ടീൽ കയറാനൊരു ഭാഗ്യം കിട്ടി. ഒല്ലൂരിലുള്ള കുഞ്ചുവിന്റെ അമ്മാത്തേക്കായിരുന്നു യാത്ര. അമ്മാത്ത് എന്നു പറഞ്ഞാൽ അമ്മ വീടാണ്. ഒരു ബന്ധുവിനൊപ്പമാണ് കുഞ്ചു പോയത്. അന്ന് അതിരാവിലെ ക്ഷേത്രത്തിൽ പോയി തൊഴുതു. വൈകിട്ട് നേരത്തെ എത്താൻ കഴിഞ്ഞില്ലെങ്കിലോ..? അന്ന് ഒരുനേരം തൊഴുതാൽ മതീന്ന് നിശ്ചയിച്ചു. പിറ്റേന്ന് അമ്പലത്തിൽ

തൊഴാനുള്ള സമയമാകുമ്പോഴേക്കും എത്തണം എന്ന വ്യവസ്ഥ യിലാണ് കുഞ്ചുവിനെ അയച്ചത്. അങ്ങനെ ഇല്ലത്തുനിന്നും രാവി ലെ തോണിയിൽ കയറി പുലാമന്തോൾ എന്ന സ്ഥലത്തെത്തി. അവിടെനിന്നും പട്ടാമ്പി റെയിൽവേ സ്റ്റേഷനിലേക്ക് കാളവണ്ടി യിലാണ് യാത്ര ചെയ്തത്. കൂട്ടുകാർ പറഞ്ഞ കാഴ്ചകളെല്ലാം നേരിൽ കണ്ടതിന്റെ സന്തോഷത്തിലായിരുന്നു കുഞ്ചു. എന്നാൽ അതൊന്നുമല്ല ശരിയായ കാഴ്ചയെന്ന് തീവണ്ടി കണ്ടപ്പോഴാണ് കുഞ്ചുവിന് മനസിലായത്. കൂകിവിളിച്ചെത്തുന്ന തീവണ്ടി അടു ത്തെത്തുമ്പോൾ ഭുമി കുലുങ്ങുന്നതു പോലെയാണ്. കൂടെയുണ്ടാ യിരുന്ന ബന്ധുവിനെ ചേർത്തുപിടിച്ചിട്ടും കുഞ്ചുവിന് പേടി മാറി യില്ല. തീവണ്ടിയിൽ ജനാലക്കമ്പിയിൽ മുറുക്കെ പിടിച്ചിരുന്നാണ് അവൻ പുറത്തെ കാഴ്ചകൾ കണ്ടത്. ഓടിമറയുന്ന മരങ്ങളും വീ ടുകളും. ചോന്നു കിടക്കുന്ന മൺറോഡുകൾ, കതിര് വിളഞ്ഞുനിൽ ക്കുന്ന വലിയ നെൽപ്പാടങ്ങൾ. അതിനിടയിലൂടെ വെള്ളിവരയിട്ട തോടുകളും പുഴകളും. എല്ലാറ്റിനേം തഴുകിയെത്തുന്ന തണുത്ത കാറ്റ്. ഷൊർണൂരും കോഴിക്കോടും പോലുള്ള വലിയ പട്ടണങ്ങൾ കുഞ്ചു ആദ്യമായാണ് കാണുന്നത്. ആളും ബഹളവുമുള്ള 'അമ്മാ ത്തും' അവന് പുതിയ അനുഭവമായിരുന്നു. എന്നാൽ പിറ്റേന്ന് അ വിടെനിന്നും പോരുമ്പോൾ മനസിൽ സങ്കടം നിറഞ്ഞു. തീവണ്ടി യും കാളവണ്ടിയും തോണിയും കയറി വീട്ടിലെത്തുമ്പോൾ നേ രം ഇരുട്ടിയിരുന്നു. അമ്മ അയച്ച ആൾ കടവിൽത്തന്നെ കാത്തു നിൽപ്പുണ്ട്. "വേഗം പോന്നോളു ഉണ്ണ്യേ.. നട അടയ്ക്കാൻ സമ യായി.." അയാൾ പറഞ്ഞു. ഓടിയും നടന്നുമായി ഒരുവിധം ക്ഷേ ത്രക്കുളത്തിൽ മുങ്ങിനിവർന്ന് തൃക്കോവിലപ്പനെ തൊഴുതു. തിരി ഞ്ഞുനോക്കുമ്പോൾ അമ്മയുണ്ട്... "ഹാവൂ.. ഭഗവാൻ കാത്തു.. വൈ കിയപ്പോൾ നട അടയ്ക്കുമോന്ന് വല്ലാണ്ട് പേടിച്ചു.. സാരില്ല്യ.. ന്റെ ഉണ്ണിയെ ഭഗവാൻ കാത്തോളും.." ഇല്ലത്തേയ്ക്ക് മടങ്ങുമ്പോൾ ജീവിതത്തിൽ ആദ്യമായി കണ്ട കാര്യങ്ങൾ അമ്മയോട് വിശദീക രിക്കുന്ന തിരക്കിലായിരുന്നു കുഞ്ചു.

എഴുത്തിനിരുത്ത്!

കുഞ്ചുവിന്റെ അമ്മ വിഷ്ണുദത്ത അന്തർജനത്തിന് വിദ്യാഭ്യാസം തീരെ കുറവായിരുന്നു. എന്നാൽ പുരാണകാര്യങ്ങളിൽ നല്ല അറിവുണ്ടായിരുന്നു. രാമായണവും മഹാഭാരതവുമെല്ലാം വായിക്കുകയും കഥകൾ മറ്റുള്ളവർക്ക് പറഞ്ഞു കൊടുക്കുകയും ചെയ്യുമായിരുന്നു. എപ്പോഴും കീർത്തനങ്ങൾ ജപിച്ചാണ് നടക്കുക. ഒഴിവു സമയങ്ങളിൽ ഗ്രന്ഥപാരായണം നടത്തുകയും ചെയ്യും. അപ്പോഴെല്ലാം കുഞ്ചുവിനെ അടുത്ത് പിടിച്ചിരുത്തും. കുഞ്ചുവിനെ മിടുക്കനായി വളർത്തുന്നതിൽ അമ്മ പ്രയോഗിച്ച സൂത്രങ്ങളിൽ ഒന്നായിരുന്നു ഇത്. അമ്മ പാടുന്നതും പറയുന്നതും കേട്ട് കുഞ്ചുവിനും പുരാണത്തിൽ താൽപര്യമുണ്ടായി. പല ശ്ലോകങ്ങളും കീർത്തനങ്ങളും അമ്മയിൽ നിന്നും പഠിച്ചു. ഇതൊന്നുമല്ലാതെ അത്താഴത്തിനുശേഷം അമ്മയുടെ കഥ പറച്ചിലുണ്ട്. അപ്പോൾ കുഞ്ചുവും മറ്റു കുട്ടികളും അമ്മയോടൊപ്പമുണ്ടാകും. ഒരു തളികയിൽ നെയ്യൊഴിച്ച ചോറും കായ മെഴുക്കുപുരട്ടിയും കൂട്ടി കുഞ്ചുവിന് കൊടുക്കുന്നതിനൊപ്പം രാമന്റെയും സീതയുടേയും ഗണപതിയുടേയും കൃഷ്ണന്റേയുമെല്ലാം രസകരമായ കഥകളും അമ്മ പറയും. അപ്പോൾ കുഞ്ചുവിന്റെ വയറും മനസും നിറയും. ഇനി അമ്മയ്ക്ക് അതിന് കഴിഞ്ഞില്ലെങ്കിൽ കഥ പറഞ്ഞുകൊടുക്കാൻ മറ്റാരെയെങ്കിലും ഏർപ്പാടാക്കും. അങ്ങനെ കഥകളുടെ ലോകത്തുകിടന്നാണ് കുഞ്ചു ഉറക്കം പിടിക്കുക. ഈ കഥകൾകൊണ്ടു മാത്രം കുഞ്ചുവിന് വിദ്യ നേടാൻ കഴിയില്ലെന്ന് അമ്മയ്ക്ക് നന്നായി അറിയാമായിരുന്നു. അതിനാൽ അമ്മ മികച്ച ഒരു ഗുരുവിനെ തേടുന്നുണ്ടായിരുന്നു. അങ്ങനെ ഒരു എലിമെന്ററി സ്കൂൾ അധ്യാപകനെ 'ട്യൂഷൻ മാസ്റ്റ'റായി കണ്ടെത്തുകയും ചെയ്തു. അദ്ദേഹത്തിന്റെ ശിക്ഷണത്തിലായിരുന്നു കുഞ്ചുവിനെ എഴുത്തിനിരുത്തിയത്. കൃത്യമായ രീതിയിൽ അക്ഷരങ്ങളും കൂട്ടക്ഷരങ്ങളും പഠിച്ചു. എഴു

ത്തിനിരുത്ത് കഴിഞ്ഞാൽ മണലിലാണ് അക്ഷരവും അക്കങ്ങളും എഴുതിച്ചിരുന്നത്. പിന്നീട് സ്ലേറ്റിൽ നന്നായി എഴുതാൻ പഠിച്ചുകഴിഞ്ഞാൽ കടലാസിലും എഴുതിക്കും. ആദ്യം ബാലപാഠങ്ങളാണ് കുഞ്ചു പഠിച്ചത്. എന്നാൽ പിന്നീട് സംസ്കൃതം പഠിക്കാൻ തുടങ്ങി. അതുകൊണ്ടുതന്നെ മലയാളത്തിലും സംസ്കൃതത്തിലും വായിക്കാനുള്ള അറിവ് അതിവേഗമാണ് നേടിയത്. ക്ലാസൊക്കെ കഴിഞ്ഞാൽ കുഞ്ചുവിന്റെ അധ്യാപകൻ ഒരു വലിയ പീഠത്തിൽ വന്നിരിക്കും. മിക്കവാറും അത് ഉച്ചകഴിഞ്ഞ സമയത്താകും. അപ്പോൾ ഊണുകഴിഞ്ഞ് വീട്ടിലെ അത്യാവശ്യം കാര്യങ്ങളൊക്കെ ചെയ്തുകഴിഞ്ഞ് കുഞ്ചുവിന്റെ അമ്മയും വീട്ടിലുള്ള മറ്റുള്ളവരും ഗുരുനാഥന്റെ ചുറ്റിലും വന്നിരിക്കും. അതോടെ അദ്ദേഹം കഥ പറയാൻ ആരംഭിക്കുകയായി. അതിമനോഹരമായി കഥപറയാനുള്ള കഴിവ് കുഞ്ചുവിന്റെ ഗുരുനാഥന് ഉണ്ടായിരുന്നു. ഭാഗവതത്തിലെ കഥകളാണ് കുടുതലായും പറഞ്ഞിരുന്നത്. കഥകൾ കേൾക്കാൻ ഏറ്റവും താൽപര്യം കാണിച്ചിരുന്നത് കുഞ്ചുവായിരുന്നു. കഥകൾ കേട്ടുകഴിഞ്ഞ് അതെല്ലാം വീട്ടിലെ പുറംപണിക്കാർക്ക് അവൻ പറഞ്ഞുകൊടുക്കുകയും ചെയ്യും. കുഞ്ചു ഒരു ബുദ്ധിയുള്ള കുട്ടിയാണെന്ന് ഗുരുനാഥന് മനസിലായി. അതുകൊണ്ട് ഭാഗവതത്തിലെ കഥകൾ മാത്രമല്ല, മറ്റു ചില കഥകളും കവിതകളുമെല്ലാം അദ്ദേഹം അവനെ പഠിപ്പിച്ചു. സംസ്കൃതത്തോടൊപ്പം മലയാളത്തിൽ അച്ചടിച്ചുവന്ന ചില പുസ്തകങ്ങളിലെ കഥകളും പറഞ്ഞുകൊടുക്കാൻ തുടങ്ങിയതോടെ കുഞ്ചു അതൊക്കെ തേടിപ്പിടിച്ച് വായിക്കാൻ തുടങ്ങി. എഴുത്തച്ഛന്റെ പുസ്തകങ്ങളും കുഞ്ചൻനമ്പ്യാരുടെ തുള്ളൽക്കഥകളുമൊക്കെ കുഞ്ചു ആർത്തിയോടെ വായിച്ചു. അങ്ങനെയാണ് വീട്ടിൽ വരുത്തിയിരുന്ന ചില മാസികകൾകൂടി അവൻ കണ്ടെത്തിയത്. വായന അതിലേക്കും മാറിത്തുടങ്ങി. കുഞ്ചുവിനൊപ്പം പഠിച്ചിരുന്ന മറ്റു കുട്ടികളേക്കാൾ പഠനത്തിലും വായനയിലും കുഞ്ചു മികവ് പുലർത്തുന്നതുകണ്ട് അദ്ദേഹത്തിന്റെ ഗുരുനാഥനും വലിയ സന്തോഷമായിരുന്നു. മികച്ച പുസ്തകങ്ങളും സംസ്കൃതഗ്രന്ഥങ്ങളും തേടിയെടുത്ത് വായിക്കാനായി കുഞ്ചുവിന്റെ പിന്നീടുള്ള ശ്രമം. അക്കാലത്ത് കുഞ്ചുവിനെ സന്ദർശിക്കാൻ വരുന്നവർക്ക് സംസ്കൃതശ്ലോകങ്ങൾ വായിച്ച് അർഥം ചൊല്ലിക്കൊടുക്കുക എന്നത് വിദ്യാർഥികളുടെ കടമയായിരുന്നു. അത്

എല്ലായിടത്തും പതിവുള്ള കാര്യമാണ്. ഇക്കാര്യത്തിൽ അമ്മയ്ക്കും നിർബന്ധവുമുണ്ടായിരുന്നു. തന്റെ മകൻ മറ്റുള്ളവർക്ക് കഥ പറഞ്ഞുകൊടുക്കണം. കുഞ്ചുവിനെ സംബന്ധിച്ച് ഇത് വലിയ ഉത്സാഹമുള്ള കാര്യമായിരുന്നു. ആരെങ്കിലും പഠിപ്പുര കടക്കുന്നതുകണ്ടാൽ മതി കുഞ്ചു സംസ്കൃത ശ്ലോകങ്ങൾ ഉറക്കെ ചൊല്ലാനും കഥ വിസ്തരിച്ച് പറയാനും ആരംഭിക്കും.

ഗുരുനാഥന്റെ വീട്ടിൽ!

അങ്ങനെ കഥകളും ശ്ലോകങ്ങളുമൊക്കെയായി കുഞ്ചു രണ്ടു വർഷത്തോളം തകൃതിയായി സംസ്കൃതം പഠിച്ചു. അതിനുശേഷമായിരുന്നു ഉപനയനം. ഒരു ബ്രാഹ്മണ ബാലന്റെ ജീവിതത്തിലെ ഏറ്റവും പ്രധാനപ്പെട്ട ചടങ്ങാണിത്. ഉപനയനം കഴിയുന്ന ദിവസം മുതലാണ് അയാൾ ശരിയായ ബ്രാഹ്മണനാകുന്നത്. അന്നു മുതൽക്കാണ് ബ്രാഹ്മണ ബാലൻമാർ പൂണൂൽ ധരിക്കുന്നത്. അഞ്ചാമത്തെ വയസിൽ എഴുത്തിനിരുത്തണം. ഏഴാം വയസിൽ ഉപനയനം നടത്തണം. അതാണ് കണക്ക്. എന്നാൽ കുഞ്ചുവിന് എട്ടാമത്തെ വയസിലാണ് ഉപനയനം നടന്നത്. അതിനുശേഷം ആഴ്ചകൾ കഴിഞ്ഞപ്പോൾ 'ഓത്ത് 'പഠിക്കാൻ തുടങ്ങി. ഗുരുവിന്റെ വീട്ടിൽ പ്രഗത്ഭരായ ഓത്തൻമാർ എത്താറുണ്ടായിരുന്നു. ഓത്തൻമാർ എന്നാൽ ഋഗ്വേദത്തിൽ പണ്ഡിതൻമാരായവർ എന്നാണ് അർഥം. ഇവർ പറയുന്നതും ചൊല്ലുന്നതും കേട്ടുനിൽക്കുക കുഞ്ചുവിന് ഇഷ്ടമുള്ള കാര്യമായിരുന്നു. പറയുന്നതിൽ പാതിയും മനസിലാകില്ല. എങ്കിലും ഓത്തൻമാരുടെ മുഖഭാവവും സംസാര രീതികളും വ്യത്യസ്തമായിരുന്നു. അവരുടെ മുഖത്ത് പല പല ഭാവങ്ങൾ മിന്നി മറയും. അതൊക്കെ ശ്രദ്ധിച്ചു നിൽക്കാൻതന്നെ കൗതുകമാണ്. വലുതാകുമ്പോൾ വലിയ ഒരു ഓത്തനാകണമെന്ന് അന്നേ കുഞ്ചു തീരുമാനിച്ചിരുന്നു. കടവല്ലൂരന്യോന്യത്തിനു പോകണമെന്നും പ്രശസ്തനാകണമെന്നും മനസിൽ കുറിച്ചിട്ടിരുന്നു. അങ്ങനെയിരിക്കെയാണ് ഗുരുനാഥന്റെ അച്ഛൻ മരിക്കുന്നത്. അച്ഛൻ മരിച്ചുകഴിഞ്ഞാൽ ഒരു വർഷക്കാലം മക്കൾ വീട്ടിൽ തങ്ങണം. അതായിരുന്നു ബ്രാഹ്മണ സമുദായത്തിലെ രീതി. അതുകൊണ്ട് കുഞ്ചുവിന്റെ ഗുരുനാഥൻ അദ്ദേഹത്തിന്റെ വീട്ടിലേക്ക് മടങ്ങി. പക്ഷേ ഒരു വർഷം കുട്ടികളുടെ പഠനം മുടക്കുന്നതിനോട് കാരണവൻമാർക്ക് താൽപര്യം ഉണ്ടായിരുന്നില്ല. "വെറുതെ എ

ന്തിനാ കുട്ട്യോളുടെ സമയം കളേണത്..? അവർക്ക് ഗുരുവിന്റെ വീട്ടിൽനിന്ന് പഠിക്കാലോ..” കാരണവൻമാർ ആലോചിച്ച് തീരുമാനിച്ചു. അങ്ങനെ കുഞ്ചുവിനൊപ്പം പഠനം നടത്തിയിരുന്നവർ അദ്ദേഹത്തോടൊപ്പം പോകാൻ തീരുമാനിച്ചു. നിത്യവും ശിവക്ഷേത്രത്തിൽ തൊഴണം എന്നുള്ളതിനാൽ കുഞ്ചുവിന്റെ യാത്ര പ്രശ്നത്തിലായി. എന്നാൽ മറ്റെന്തിനെക്കാളും പഠനത്തിന് വില നൽകിയിരുന്ന അമ്മ ഗുരുനാഥനുമായും വീട്ടിലെ കാരണവൻമാരുമായും ആലോചിച്ചു. “എന്റെ ഇല്ലത്തിനടുത്ത് പ്രശസ്തമായ ഒരു ശിവക്ഷേത്രമുണ്ട്. കുഞ്ചുവിന് നിത്യവും അവിടെ പോകാമല്ലോ. ഭഗവാൻ എല്ലായിടത്തും ഒന്നന്യല്ലേ..?” ഗുരുനാഥൻ പറഞ്ഞു. അത് എല്ലാവർക്കും സ്വീകാര്യമായി. അങ്ങനെ സ്വന്തംവീട്ടിൽനിന്നും കുഞ്ചു ഗുരുവിന്റെ വീട്ടിലേക്ക് താമസംമാറ്റി. ഒരു വർഷത്തോളം അവിടെ താമസിച്ചായിരുന്നു ഓത്തു പഠിച്ചിരുന്നത്. ഗുരുവിന്റെ വീടിനോടു ചേർന്നാണ് റെയിൽപ്പാത കടന്നുപോകുന്നത്. അങ്ങനെ തീവണ്ടി എന്ന അത്ഭുതവണ്ടി ദിവസവും കാണുന്നത് കുഞ്ചുവിന് വലിയ ആവേശമായിരുന്നു. പഠനമില്ലാത്ത സമയത്ത് റെയിൽപ്പാതയുടെ മുന്നിൽ വന്നു നിൽക്കും. ഓരോ വണ്ടിയുടേയും കംപാർട്ടുമെന്റുകളുടെ എണ്ണമെടുക്കും. അതിലെ യാത്രക്കാർക്ക് കൈ ഉയർത്തി ‘റ്റാറ്റ’ കൊടുക്കും. അവരൊക്കെ എവിടെനിന്നാവും യാത്ര തുടങ്ങിയത്. എങ്ങോട്ടാവും പോവുന്നത്. യാത്രയുടെ ഉദ്ദേശം എന്താവും..? എന്നെല്ലാം അതിശയത്തോടെ കുഞ്ചു ഓർക്കും.

ആഢ്യനായ കുഞ്ചു!

ഗുരുനാഥന്റെ കുടുംബത്തിൽനിന്നാണ് പല പുതിയ കാര്യങ്ങളും കുഞ്ചു കണ്ടറിഞ്ഞത്. ഗുരുനാഥന്റെ കുടുംബവും നമ്പൂതിരി വിഭാഗത്തിലുള്ളവരായിരുന്നു. എന്നാൽ സാമ്പത്തികമായി ഉയർന്നവരായിരുന്നില്ല. അതിനാൽ അകത്തു പണിക്കാരോ പുറംവാല്യക്കാരോ അവിടെ ഉണ്ടായിരുന്നില്ല. അതിന്റേതായ ചില ബുദ്ധിമുട്ടുകളാണ് കുഞ്ചു ആദ്യം അനുഭവിച്ചത്. അതിൽ ഒന്നാമത്തേത് കാര്യങ്ങൾ എല്ലാം തനിച്ചു തന്നെ ചെയ്യണമെന്നതാണ്. ഏലംകുളത്ത് എന്തിനും ഏതിനും വാല്യക്കാരുണ്ട്. ഒന്നു വിളിച്ചാൽ മതി. അവർ ഓടിയെത്തും. എന്നാൽ ഗുരുനാഥന്റെ വീട്ടിൽ വളരെ അത്യാവശ്യത്തിന് മാത്രമേ ജോലിക്കാരെ നിയമിച്ചിരുന്നുള്ളൂ. കുഞ്ചുവിന്റെ കുടുംബക്കാർ ആഢ്യൻമാരായിരുന്നു. അതായത് സാമ്പത്തിക സ്ഥിതിയിൽ മെച്ചപ്പെട്ടവർ. ഗുരുനാഥന്റെ കുടുംബത്തിലുള്ളവർ ആഢ്യൻമാരുമായിരുന്നു. ഒരു ജാതിയിൽ പെട്ടവരാണെങ്കിലും ആഹാരത്തിന്റെ കാര്യത്തിലും വസ്ത്രത്തിന്റെ കാര്യ ത്തിലും ആഭരണത്തിലുമൊക്കെ രണ്ടു കുടുംബക്കാരും തമ്മിൽ വ്യത്യാസമുണ്ട്. ഉയർന്ന ജാതിയിൽപ്പെട്ടവരുടെ ഇടയിൽ ഇങ്ങനെയെങ്കിൽ സാധാരണക്കാരുടെ കാര്യം എന്താവും എന്ന് കുഞ്ചു അപ്പോൾ ആലോചിക്കാറുണ്ട്. താഴ്ന്ന വിഭാഗത്തിൽപ്പെട്ടവർ ഉയർന്നവരുടെ മുന്നിൽ പെടാൻ പാടില്ല. വഴിമാറി പോകണം. അറിയാതെങ്ങാനും തൊട്ടാൽ കുളിച്ചശേഷമേ അകത്തു കയറാവു. ഇതൊക്കെ എന്തിനാണെന്ന് കുഞ്ചു അമ്മയോട് ചോദിച്ചിട്ടുണ്ട്. കുഞ്ചു അതിനെക്കുറിച്ചൊന്നും ഇപ്പോൾ ആലോചിക്കണ്ട. എന്നായിരുന്നു അമ്മയുടെ മറുപടി. എങ്കിലും നാട്ടിൽ മറ്റുള്ളവർക്കില്ലാത്ത പ്രമാണിത്തവും സമ്പത്തുമെല്ലാം ഏലംകുളത്ത് എങ്ങനെയാണ് വന്നത്. അതെക്കുറിച്ചും കുഞ്ചു ആലോചിക്കും. പലരോടും അത് ചോദിച്ചിട്ടുമുണ്ട്. അങ്ങനെയാണ് ഒരു കഥ കിട്ടിയത്.

ഏലംകുളം ദേശത്ത് ഒരുകാലത്ത് ധാരാളം നമ്പൂതിരി കുടുംബങ്ങളുണ്ടായിരുന്നുത്രെ. ആ കുടുംബങ്ങളെല്ലാം ഒരിക്കൽ അന്യംനിന്നു. അതായത് ഇല്ലങ്ങളിലൊന്നും കുട്ടികൾ ഇല്ലാണ്ടായി. എന്നാൽ അതിൽ ഒരു കുടുംബത്തിൽ മാത്രം കുട്ടികളുണ്ടായിരുന്നു. കാലങ്ങൾ കഴിഞ്ഞതോടെ അവിടെയും കുട്ടികളില്ലാത്ത അവസ്ഥയായി. അപ്പോൾ പുറത്തുള്ള മറ്റൊരു കുടുംബത്തിൽനിന്നും കുട്ടിയെ ദത്തെടുത്തു. അന്യംനിന്ന ഇല്ലങ്ങളിലെ സ്വത്തെല്ലാം ആ കുടുംബത്തിലേക്ക് ലയിക്കുകയും ചെയ്തു. അങ്ങനെയാണത്രെ ഏലംകുളം വലിയ തറവാട്ടുകാരായത്. ഇത് കുഞ്ചു അന്വേഷിച്ച് കണ്ടെത്തിയ കഥയാണ്. ചിലപ്പോൾ ശരിയാകാനും മറിച്ച് തെറ്റാകാനും സാധ്യതയുണ്ട്. എന്നാൽ അതിനെക്കുറിച്ചൊന്നും കാര്യമായി ആലോചിക്കാറില്ല. ഇല്ലത്തുനിന്നുംവിട്ട് ഗുരുനാഥന്റെ വീട്ടിൽ താമസിക്കുന്നതിന് ഒരു വലിയ ലക്ഷ്യമുണ്ട്. അത് നടപ്പിലാക്കണം. ഋഗ്വേദം പഠിക്കണം. മികച്ച ഒരു ഓത്തനാകണം. അതു മാത്രമായിരുന്നു കുഞ്ചുവിന്റെ പ്രധാന ലക്ഷ്യം.

പായസമുത്തശ്ശി

ആൺകുട്ടികൾക്കുണ്ടായിരുന്ന സ്വാതന്ത്ര്യം അക്കാലത്ത് പെൺകുട്ടികൾക്ക് ഉണ്ടായിരുന്നില്ല. പ്രത്യേകിച്ചും നമ്പൂതിരി കുടുംബങ്ങളിലെ പെൺകുട്ടികൾക്ക് വീടിനു പുറത്തെ കാഴ്ചകൾ കാണാനോ വീടിനുപുറത്ത് ചുറ്റിയടിക്കാനോ പറ്റില്ല. ആൺകുട്ടികൾക്കു മുന്നിൽ ചെന്നുനിൽക്കാനോ അവരുമായി സംസാരിക്കാനോ ഉള്ള സ്വാതന്ത്ര്യവുമില്ല. വേണമെങ്കിൽ രാമായണമോ ഭാഗവതമോ വായിക്കാം. വീടിനുള്ളിൽ തിരുവാതിര കളിക്കാം. ജ്ഞാനപ്പാനയും കൃഷ്ണപ്പാട്ടും പാടാം. അല്ലാതെ മറ്റൊന്നിനും അനുവാദം നൽകിയിരുന്നില്ല. ഭർത്താവ് മരിച്ച സ്ത്രീകൾക്ക് വീടിനു പറുത്തിറങ്ങാനോ ആഭരണം ധരിക്കാനോ പറ്റില്ല. ഉറക്കെ സംസാരിക്കുന്നതു കണ്ടാൽപ്പോലും മുതിർന്നവർ വഴക്കിടും. അങ്ങനെയുള്ള ഒരു വിധവയായ സ്ത്രീ കുഞ്ചുവിന്റെ ജീവിതത്തിൽ വലിയ സ്വാധീനം ചെലുത്തിയിരുന്നു. കുഞ്ചുവിന്റെ മുത്തച്ഛന്റെ സഹോദരന്റെ ഭാര്യയായിരുന്നു അത്. 'മുത്തപ്ഫൻ' എന്നായിരുന്നു മുത്തച്ഛന്റെ സഹോദരനെ കുഞ്ചു വിളിച്ചിരുന്നത്. അദ്ദേഹത്തിന്റെ ഭാര്യയെ 'മുത്തശ്ശ്യമ്മ' എന്നും. ദേശമംഗലത്തായിരുന്നു മുത്തശ്ശ്യമ്മയുടെ വീട്. അതുകൊണ്ട് 'ദേശമംഗലത്തമ്മ' എന്നും വിളിക്കാറുണ്ട്. വിവാഹം കഴിച്ചുകൊണ്ടുവന്ന് അധികം കഴിയുംമുൻപേ അവരുടെ ഭർത്താവ് മരിച്ചു. അതോടെ കുടുതൽ സമയവും വീട്ടിനുള്ളിൽത്തന്നെയാണ് അവർ കഴിഞ്ഞിരുന്നത്. അമ്പലങ്ങളിലെ കാര്യങ്ങൾ നോക്കിയും പൂജകളിൽ മുഴുകിയുമാണ് മുത്തശ്ശി സമയം ചിലവഴിച്ചിരുന്നത്. രാവിലെ എഴുന്നേറ്റാലുടൻ കുളിച്ച് വീടുനുമുന്നിലും പറമ്പിലുമുള്ള പൂക്കൾ ശേഖരിക്കും. വാഴനാരുകൊണ്ട് അതൊക്കെ മാലയായി കോർത്ത് ക്ഷേത്രത്തിലേക്ക് പോകും. മാലകോർക്കുന്നതിനിടയിലും നടക്കുന്നതിനിടയിലും അവർ പിറുപിറുത്തുകൊ ണ്ടിരിക്കും. എന്താണ് മുത്തശ്ശ്യമ്മ പറയുന്നത് എ

ന്നറിയാൻ ഒരിക്കൽ കുഞ്ചു പിന്നാലെ കൂടി. "തൃക്കോവിലപ്പാ.. ഭഗവാനേ.. കാക്കണേ.." എന്നായിരുന്നു അവർ പിറുപിറുത്തിരുന്നത്. നട അടയ്ക്കുന്നതുവരെ അമ്പലത്തിന് അടുത്തുതന്നെ ചുറ്റിപ്പറ്റി നിൽക്കും. അവർക്ക് മക്കളുണ്ടായിരുന്നില്ല. അതുകൊണ്ടുതന്നെ ഇല്ലത്തുള്ള കുട്ടികളെയും മറ്റുള്ളവരെയും അവർ സ്നേഹം കൊണ്ടുമൂടി. അമ്പലത്തിലെ കാര്യങ്ങൾ നോക്കിയശേഷം ബാക്കി സമയം ഇല്ലത്തുള്ളവരുടെ കാര്യങ്ങൾ നോക്കാനും അവരെ സ്നേഹിക്കാനും സമയം കണ്ടെത്തി. അമ്പലത്തിലെ പൂജ കഴിയുമ്പോൾ നേദിച്ച പായസം അവിടെ കാത്തുനിന്ന് വാങ്ങിക്കും. എന്നിട്ട് ഇല്ലത്തുള്ള കുട്ടികൾക്കെല്ലാം വിതരണം ചെയ്യും. അതുകൊണ്ട് അവരെ കുട്ടികൾ 'പായസമുത്തശ്ശി' എന്നാണ് വിളിച്ചിരുന്നത്. കുഞ്ചുവിനോട് പായസമുത്തശ്ശിക്ക് പ്രത്യേക സ്നേഹവും വാത്സല്യവും ഉണ്ടായിരുന്നു. ഇല്ലത്തെ ആളൊഴിഞ്ഞ മുറിയിലോ പുറംചാർത്തിലോ കാലുനീട്ടിയിരുന്ന് കുഞ്ചുവിനോട് കഥകൾ പറയും. ഇടയ്ക്കിടെ 'മനസിലായോ മുത്തശ്ശീടെ കുട്ടിക്ക്..' എന്നു ചോദിക്കും. മിണ്ടാതിരുന്നാൽ ചിരിക്കും. കുഞ്ചുവിന് രാമായണത്തിലെയും ഭാഗവതത്തിലേയും മഹാഭാരതത്തിലെയും കഥകളും തുള്ളൽപ്പാട്ടുകളും അവരാണ് കുടുതലും പഠിപ്പിച്ചുകൊടുത്തത്. അവർ മറ്റുള്ളവരെ സ്നേഹിക്കുകയും ബഹുമാനിക്കുകയും ചെയ്യുന്നതു കണ്ടാണ് കുഞ്ചു വളർന്നത്. അതുകൊണ്ട് കുട്ടിക്കാലത്തുതന്നെ മറ്റുള്ളവരെ സ്നേഹിക്കാനും ബഹുമാനിക്കാനും കുഞ്ചുവിനും കഴിഞ്ഞു. കുഞ്ചുവിനെ സംബന്ധിച്ച് ഒരു 'റോൾ മോഡലാ'യിരുന്നു പായസമുത്തശ്ശി എന്നും പറയാം.

ഇംഗ്ലീഷ് പ്രേമം!

ഉപനയനം കഴിഞ്ഞ് മൂന്നു വർഷം ബ്രഹ്മചര്യം അനുഷ്ഠിക്കണമെന്നാണ്. അതായത് ബ്രഹ്മചാരിയെപ്പോലെ ജീവിക്കണമെന്ന്. അപ്പോഴാണ് വേദവും ശാസ്ത്രങ്ങളുമെല്ലാം പഠിക്കുന്നത്. വ്രതം നോക്കുന്ന സമയത്ത് ചില നിബന്ധനകളുണ്ട്. പപ്പടമോ എണ്ണപ്പലഹാരങ്ങളോ ഉപയോഗിക്കാൻ പാടില്ല. കുഞ്ചുവിനാണെങ്കിൽ പപ്പടത്തോട് വലിയ കൊതിയുമാണ്. പപ്പടം കാണുമ്പോൾ അതെങ്ങനെയാണ് തിന്നാണ്ടിരിക്കുക..? ആരും കാണാതെ ഒന്നുരണ്ട് പപ്പടം കട്ടുതിന്നും. അതിന് മച്ചിനു പിന്നിലെ ഗോവണിച്ചുവടാണ് തിരഞ്ഞെടുക്കാറുള്ളത്. അവിടേയ്ക്ക് ആരും കടന്നുവരാറില്ല. വ്രതമിരിക്കുന്ന കാലത്ത് മുടിവെട്ടാനും നഖംമുറിക്കാനും പാടില്ല. അനാവശ്യമായി പുറത്തിറങ്ങാനുള്ള സ്വാതന്ത്ര്യവുമില്ല. 'സമാവർത്തന'ത്തോടെയാണ് വ്രതത്തിന് അവസാനമാവുക. അത് കുഞ്ചുവിന് വലിയ സന്തോഷമുള്ള നാളുകളായിരുന്നു. കൂട്ടിലടച്ച തത്തയെ തുറന്നുവിടുമ്പോഴുള്ള സന്തോഷമായിരുന്നു അന്ന് ലഭിച്ചത്. ബ്രഹ്മചര്യം അനുഷ്ഠിച്ചിരുന്നപ്പോൾ കൂടുതലും ഏലംകുളത്തുതന്നെയായിരുന്നു കുഞ്ചു ചിലവിട്ടത്. വ്രതം അവസാനിച്ചതോടെ പുറത്തിറങ്ങാമെന്നത് വലിയ ആശ്വാസമായിരുന്നു. അമ്പലത്തിലും ഉത്സവത്തിനും ആളുകൂടുന്നിടത്തും പോകാം. പുതിയ വാർത്തകൾ അറിയാം. പുതിയ ആളുകളെ കാണാം. ഇതൊക്കെയായിരുന്നു വലിയ ആശ്വാസം. അങ്ങനെയാണ് ഇംഗ്ലീഷ് ഭാഷയെക്കുറിച്ച് കേൾക്കുന്നത്. നമ്പൂതിരി കുട്ടികൾ ഓത്തുമാത്രം പഠിച്ചാൽപോരാ ഇംഗ്ലീഷും പഠിക്കണമെന്ന് ഒരു കൂട്ടർ വാദിച്ചു. എന്നാൽ അത് 'മ്ലേച്ഛ ഭാഷ'യാണെന്ന് മുതിർന്നവർ പഴിച്ചു. മ്ലേച്ഛം എന്നാൽ മോശം എന്നാണ് അർഥം. അക്കാലത്താണ് ഇംഗ്ലീഷുകൂടി പഠിപ്പിക്കുന്ന ഒരു നമ്പൂതിരി വിദ്യാലയം തുറന്നത്. അവിടെ പഠിച്ചാൽ വീട്ടിൽനിന്നും പുറത്താക്കുമെന്ന് ഇല്ലത്തെ ഇംഗ്ലീ

ഷ് വിരോധികളായ കാരണവൻമാർ പ്രചരിപ്പിച്ചു. എന്നിട്ടും ചിലർ ഇംഗ്ലീഷ് പഠിക്കാനായി അവിടെ ചേർന്നു. കുഞ്ചുവിന്റെ ഗുരുവിനും ഇംഗ്ലീഷിനോട് വലിയ താൽപര്യമുണ്ടായിരുന്നു. നാടിന് വെളിയിൽ നടക്കുന്ന കാര്യങ്ങൾ അറിയുന്നതിന് ഇംഗ്ലീഷ് പഠിക്കണമെന്നായിരുന്നു ഗുരുനാഥന്റെ വാദം. അദ്ദേഹത്തിന്റെ ചില ചങ്ങാതിമാർ ഇംഗ്ലീഷ് പഠിച്ചിരുന്നവരായിരുന്നു. അവരെ കാണാനും കാര്യങ്ങൾ അറിയാനും ഗുരുനാഥൻ ശ്രമിക്കാറുണ്ട്.. അവരിൽ ഒരാളായിരുന്നു രാമകൃഷ്ണ അയ്യർ. ഒരു അധ്യാപകനായിരുന്നു അദ്ദേഹം. അയ്യരെ കാണാൻ പോയി വന്നാൽ ഗുരുനാഥൻ കൂടുതൽ വാചാലനാകും. പുതിയ പുതിയ വാർത്തകൾ പറയും. അങ്ങനെയാണ് 'വെള്ളക്കാരെ'ക്കുറിച്ചും തിലകനെന്ന പേരുമൊക്കെ കുഞ്ചു കേൾക്കുന്നത്.

ആരാണീ തിലകൻ?

വളരെ ആവേശത്തോടെയാണ് ഗുരുനാഥൻ തിലകൻ എന്ന പേര് പറയാറുണ്ടായിരുന്നത്. അപ്പോൾ അദ്ദേഹത്തിന്റെ മുഖം പ്രകാശിക്കുന്നതു കാണാം. തന്റെ ഗുരുനാഥനെ കാണാനെത്തുന്നവർ വലിയ വിവരമുള്ളവരാണെന്ന് കുഞ്ചുവിന് അറിയാമായിരുന്നു. അവരുമായൊക്കെ സംസാരിക്കുമ്പോൾ പ്രധാനമായും കടന്നുവരുന്ന വിഷയം വെള്ളക്കാരുടെ നെറികേടിനെക്കുറിച്ചുള്ളതായിരുന്നു. അവർക്കെതിരേ പോരാടുന്ന ധീരൻമാരെക്കുറിച്ച് പറയുമ്പോഴാണ് കൂടുതലായും തിലകൻ എന്ന പേര് കേട്ടിരുന്നത്. അത് ബാലഗംഗാധരതിലകൻ എന്നൊരാളാണെന്നും സ്വാതന്ത്ര്യസമര സേനാനിയാണെന്നുമൊക്കെ കുഞ്ചു വളരെനാൾ കഴിഞ്ഞാണ് മനസിലാക്കിയത്. ബ്രിട്ടീഷുകാർക്കെതിരേ കർക്കശ സമരമുറകൾ സ്വീകരിക്കണമെന്ന അഭിപ്രായക്കാരനായിരുന്നു ബാലഗംഗാധര തിലകൻ. ബ്രാഹ്മണ സമുദായത്തിൽപ്പെട്ടയാളുമായിരുന്നു അദ്ദേഹം. തിലകനും സഹപ്രവർത്തകരും ചേർന്ന് 1880ൽ പൂനെയിൽ ഒരു ഇംഗ്ലീഷ് സ്കൂൾ സ്ഥാപിച്ചു. ചിലപ്പോൾ ഇതൊക്കെ തന്റെ ഗുരുനാഥന് തിലകനോട് കൂടുതൽ ഇഷ്ടം തോന്നാനുള്ള കാരണമായേക്കാമെന്ന് പിന്നീടാണ് കുഞ്ചു മനസിലാക്കിയത്. ബിപിൻ ചന്ദ്രപാൽ, ലാലാ ലജ്പത്റായ് എന്നീ പേരുകളെക്കുറിച്ചും ഗുരുനാഥനും സുഹൃത്തുക്കളും സംസാരിക്കുന്നത് കുഞ്ചു കേട്ടിട്ടുണ്ട്. ഇംഗ്ലീഷ് പത്രങ്ങളിലാണ് ഈ നേതാക്കളെക്കുറിച്ചുള്ള വാർത്തകൾ വന്നിരുന്നത്. അതുകൊണ്ടാണ് ഇംഗ്ലീഷിനോടും ഇംഗ്ലീഷ് പത്രങ്ങളോടും ഗുരുനാഥന് അതിയായ പ്രേമമുണ്ടായത് എന്നും കുഞ്ചുവിന് മനസിലായി. ഒരിക്കൽ ഗുരുനാഥന്റെ ഇല്ലത്ത് വളരെ വയസായ ഒരാൾ വന്നു. അദ്ദേഹത്തിന് അവശതയുണ്ടെന്ന് കണ്ടാലേ അറിയാം. വിശപ്പുമാറ്റാനും എന്തെങ്കിലും സഹായം ചോദിക്കാനും കുറച്ചു ദൂരത്തുനിന്നും വന്ന ബ്രാഹ്മണനായിരുന്നു അത്. അദ്ദേഹം പുറംതിണ്ണയിലാണ് ഇരുന്നത്. അപ്പോൾ ഗുരുനാഥനും മറ്റൊരു ചങ്ങാതിയുമായി സംസാരിച്ചുകൊണ്ടിരിക്കുകയായിരുന്നു. നാ

ട്ടിൽ ഇംഗ്ലീഷ് സ്കൂൾ സ്ഥാപിക്കുന്നതിനെക്കുറിച്ചായിരുന്നു അവരുടെ ചർച്ച. അത് കേൾക്കാനിടയായ വൃദ്ധൻ അവരുടെ സംസാരം ശ്രദ്ധിച്ചു. എന്നിട്ട് വളരെ ഉറക്കെ പറഞ്ഞു.

"അതൊക്കെ മ്ലേച്ഛൻമാരുടെ ഭാഷയാണ് കുട്ട്യോളേ... അതൊന്നും ഉയർന്ന കുടുംബത്തിൽപ്പെട്ടവർക്ക് ചേരില്ല്യ." ഗുരുനാഥൻ അയാളെ തറപ്പിച്ചുനോക്കി. "ആരാണ് പറഞ്ഞത് ഇംഗ്ലീഷ് മ്ലേച്ഛമാണെന്ന്. ലോകത്തെ നിയന്ത്രിക്കുന്ന ഭാഷയാണത്." അതോടെ അവശനായി എത്തിയ ബ്രാഹ്മണൻ ഇല്ലത്തുനിന്നും പിണങ്ങിയിറങ്ങി. ആഹാരത്തിനോ വെള്ളത്തിനോ വേണ്ടിയാകും അദ്ദേഹം ഇല്ലത്തെത്തിയത്. അതു മനസിലാക്കി ഗുരുനാഥനും മറ്റുള്ളവരും പലവട്ടം വിളിച്ചിട്ടും കേൾക്കാതെ ആടിയാടി അയാൾ മുന്നോട്ടു പോകുന്നത് കുഞ്ചു നോക്കിനിന്നു. അപ്പോൾ അകത്തുനിന്നും കൊണ്ടുവന്ന ഒരു പൊതി ഗുരുനാഥൻ കുഞ്ചുവിനെ ഏൽപ്പിച്ച് പറഞ്ഞു. "കുഞ്ചേ... ദാ, ഇത് അദ്ദേഹത്തിന് കൊടുക്കു.. കഴിക്കട്ടെ. മൂപ്പർക്ക് നല്ല വിശപ്പും ക്ഷീണവുമുണ്ട്. കണ്ടാലറിയാം. പ്രായമായവർക്ക് ഞങ്ങൾ പറഞ്ഞതൊന്നും പെട്ടെന്ന് ദഹിക്കില്ല്യ.. അതാ.." കുഞ്ചു ആ ഭക്ഷണം വൃദ്ധനെ ഏൽപ്പിച്ചു. മടങ്ങിയെത്തുമ്പോഴും ഗുരുവും കൂട്ടുകാരും തിലകനെക്കുറിച്ചുള്ള സംസാരം മതിയാക്കിയിരുന്നില്ല. അതിനിടയിൽ കുഞ്ചു മറ്റൊരു പേരുകൂടി കേട്ടു. ഗാന്ധി എന്നായിരുന്നു അത്. ഗുരുനാഥന്റെ ചങ്ങാതിയായിരുന്നു ആ പേര് പറഞ്ഞത്. പിന്നീട് ഏലംകുളത്ത് മടങ്ങിയെത്തിയപ്പോൾ പലതവണ കുഞ്ചു ആ പേര് കേട്ടിട്ടുണ്ട്. അതുവഴി നടന്നുപോകുന്നവർ ക്ഷീണം മാറ്റാനും സംഭാരം കുടിക്കാനുമായി ഇല്ലത്തിന് മുന്നിൽ എത്താറുണ്ട്. പലപ്പോഴും മണിക്കുറുകൾ അവിടെ ചിലവിട്ട ശേഷമാണ് ദൂരസ്ഥലത്തേയ്ക്ക് പോകു ന്നവർ യാത്ര തുടരാറുള്ളത്. അവരുടെ ചർച്ചകളിലാണ് മോഹൻദാസ് കരംചന്ദ് ഗാന്ധി എന്ന പേര് കുഞ്ചു പിന്നീട് പലതവണ കേൾക്കുന്നത്.

ഗാന്ധി ഉദിക്കുന്നു!

നമ്മുടെ രാജ്യം അപകടത്തിലാണ്. ഇംഗ്ലീഷുകാർ നമ്മുടെ നാട് തകർക്കും. തൊലിവെളുപ്പുള്ളതിനാൽ അവരെ വെള്ളക്കാർ എന്നാണ് വിളിക്കുന്നത്. അവരിൽനിന്നും നമ്മുടെ നാടിന് മോചനം വേണം. നമുക്ക് നമ്മുടെ നാട് തിരിച്ചുപിടിക്കണം. അതിന് വെള്ളക്കാരെ എതിർക്കണം. അവരെ നാട്ടിൽനിന്നും ഓടിക്കണം.. അതിനായിട്ടാണ് തിലകനും മറ്റുള്ളവരും അണിചേർന്നിരിക്കുന്നത്. കുടുതൽ നേതാക്കളും സാധാരണക്കാരും അവർക്കെതിരെ സംഘടിക്കാൻ തുടങ്ങിയിരിക്കുന്നു. ഇതൊക്കെ കുഞ്ചുവിന് കുഞ്ഞുപ്രായത്തിൽ മനസ്സിലായ കാര്യങ്ങളാണ്. ഇത്രയൊക്കെയേ അന്ന് മനസ്സിലായിട്ടുണ്ടായിരുന്നുള്ളൂ. തന്റെ ഗുരുനാഥനും അവരെ അനുകൂലിക്കുന്നുണ്ടെന്ന് കുഞ്ചുവിന് മനസിലായി. അതുകൊണ്ടാണ് അദ്ദേഹം തിലകനെ ഇഷ്ടപ്പെടുന്നതെന്നും മനസിലായി. എന്നാൽ ഒരുദിവസം ഗുരുനാഥൻ വല്ലാതെ സങ്കടപ്പെട്ടുന്നതു കണ്ടു. അന്നു മുഴുവനും അദ്ദേഹത്തിന് ആലോചനയും ഇരിപ്പുമായിരുന്നു. പഠനവും നടന്നില്ല. തിലകൻ മരിച്ചുവെന്നും അതിലുള്ള സങ്കടമായിരുന്നു അതെന്നും പിന്നീടാണ് മനസിലായത്. അച്ഛൻ മരിച്ചപ്പോൾപോലും ഗുരുനാഥന് അത്രയും സങ്കടം ഉണ്ടായിരുന്നില്ല. അതിലും മേലെയായിരുന്നു അദ്ദേഹത്തിന്റെ മനസിൽ തിലകനുണ്ടായിരുന്ന സ്ഥാനമെന്ന് കുഞ്ചുവിന് മനസിലായി. തനിക്ക് വേണ്ടപ്പെട്ടവർ ദുഃഖിക്കുന്നതു കണ്ടപ്പോൾ കുഞ്ചുവിനും സങ്കടമായി. അങ്ങനെ തിലകൻ തനിക്ക് വളരെ വേണ്ടപ്പെട്ട ഒരാളായിരുന്നുവെന്ന് കുഞ്ചുവിന് ബോധ്യമായി. ഭഗവത്ഗീതയെക്കുറിച്ച് നന്നായി പഠിച്ചിരുന്ന ആളായിരുന്നു തിലകനെന്ന് ഗുരുനാഥനും സുഹൃത്തുക്കളും സംസാരിക്കുന്നതു കേട്ടിട്ടുണ്ട്. ഭഗവത്ഗീതയിലെ ഒരു ശ്ലോകം ചൊല്ലിക്കൊണ്ടാണത്രെ അദ്ദേഹം മരണംവരിച്ചത്. ധർമത്തിന് നാശം ഉണ്ടാകുമ്പോൾ ഭഗവാൻ അവതാരമെടു

ക്കും എന്നായിരുന്നു ആ ശ്ലോകത്തിന്റെ അർഥം. ഇക്കാര്യം ആരോ പറഞ്ഞറിഞ്ഞപ്പോൾ ഗുരുനാഥനിൽ പതിവില്ലാത്ത രീതിയിൽ ആവേശം നിറയുന്നത് കണ്ടു. തിലകനും അത്തരത്തിൽ ഒരു വീരനാണെന്ന് അന്നും പിന്നീടും ഗുരുനാഥൻ പറയാറുണ്ടായിരുന്നു. തിലകന്റെ മരണശേഷമാണ് ഗാന്ധിയെക്കുറിച്ച് കൂടുതൽ വാർത്തകൾ നാട്ടിൽ കേൾക്കാൻ തുടങ്ങുന്നത്. അതും ഇംഗ്ലീഷ് പത്രങ്ങളിൽനിന്നുള്ള വിവരങ്ങളാണ്. ഗുരുനാഥനെ കാണാൻ വരുന്നവർ പറയുന്ന വിവരങ്ങൾ. മറ്റു പല നേതാക്കളുടെയും കൂടെ ഒരാളായിട്ടായിരുന്നു ആദ്യം ഗാന്ധിയെക്കുറിച്ച് പറഞ്ഞിരുന്നത്. അവരിൽ മദൻമോഹൻ മാളവ്യയും ആനിബസന്റും ലാലാ ലജ്പത്റായിയുമൊക്കെയുണ്ടായിരുന്നു. എന്നാൽ വളരെ പെട്ടെന്നാണ് അവരെയൊക്കെ പിന്നിലാക്കി ഗാന്ധിയുടെ പേര് കൂടുതലായി കേൾക്കുന്നത്. അതിനു കാരണം നിസ്സഹകരണം എന്ന അദ്ദേഹത്തിന്റെ ആശയമാണ്. വെള്ളക്കാരെ തളയ്ക്കാൻ എല്ലാ കാര്യങ്ങളിലും നിസ്സഹകരിക്കുകയും ബഹിഷ്കരിക്കുകയും ചെയ്യുക എന്നതായിരുന്നു അദ്ദേഹത്തിന്റെ ആഹ്വാനം. വിദ്യാർഥികൾ പഠിപ്പ് മുടക്കണം, വക്കീലന്മാർ കോടതി ബഹിഷ്ക്കരിക്കണം, സർക്കാരിൽ നിന്നും സ്ഥാനമാനങ്ങൾ കിട്ടിയവർ അത് ഉപേക്ഷിക്കണം.. ഇങ്ങനെ ഒത്തിരിയൊത്തിരി കാര്യങ്ങൾ അതിലുണ്ടായിരുന്നു. ആളുകൾ അങ്ങനെ ഗാന്ധിക്കൊപ്പം നീങ്ങാൻ തുടങ്ങി. ഗാന്ധി അവരുടെ നേതാവായി. എന്നാൽ ഇതിനെ എതിർത്തവരും ഉണ്ടായിരുന്നു.

നാട്ടിൽ വെള്ളപ്പട്ടാളം.!

കുഞ്ചുവിന്റെ നാട്ടിൽ മുസ്ലിം സമുദായക്കാർ ധാരാളമുണ്ട്. അവരെ കൂടെക്കൂട്ടാൻ ഗാന്ധി പ്രത്യേകം ശ്രദ്ധിച്ചിരുന്നു. മുസ്ലിമുകൾക്ക് വെള്ളക്കാരോട് ഇഷ്ടക്കുറവുണ്ടായിരുന്നു. അതിന് പ്രധാന കാരണം അവരുടെ ഇഷ്ടക്കാരനായ തുർക്കിയിലെ ഖലീഫയെ സ്ഥാനഭ്രഷ്ടനാക്കിയത് വെള്ളക്കാരുടെ സർക്കാരായിരുന്നു എന്നതാണ്. ഇസ്ലാമിക രാഷ്ട്രത്തിലെ ഭരണാധികാരികളെ വിളിക്കുന്ന പേരാണ് 'ഖലീഫ' എന്നത്. അതുകൊണ്ടുതന്നെ ഖലീഫയെ സ്നേഹിച്ചിരുന്നവർ ഖിലാഫത്ത് എന്നൊരു പ്രസ്ഥാനം ഉണ്ടാക്കി. ഗാന്ധിയുടെ നിസ്സഹകരണ പ്രസ്ഥാനത്തോടൊപ്പം ഖിലാ ഫത്തും പ്രവർത്തിച്ചു. വെള്ളക്കാർക്കെതിരേ മുസ്ലിമുകളും അണിനിരന്നു. മുസ്ലീംപള്ളികളിൽ ഖിലാഫത്ത് പ്രസ്ഥാനക്കാരും നിസ്സകരണപ്രസ്ഥാനക്കാരും ഒത്തു ചേർന്നു. നിസ്സകരണ പ്രസ്ഥാനക്കാരെന്നു പറഞ്ഞാൽ കോൺഗ്രസുകാരാണെന്ന് പിന്നീടാണ് കുഞ്ചുവിന് മനസിലായത്. കോൺഗ്രസിലും ഖിലാഫത്തിലും ഉൾപ്പെട്ട വരെല്ലാം കുടിയാന്മാരായിരുന്നു. കുഞ്ചു അടക്കം ഇല്ലത്തുള്ളവർ ജന്മിമാരും. ജന്മികളുടെ കൊള്ളരുതായ്മകൾ അവസാനിപ്പിക്കണമെന്ന് മറ്റുള്ളവർക്കിടയിൽ ശക്തിയായ ആവശ്യം ഉയർന്നു. വെള്ളക്കാർക്കെതിരേ സംഘടിച്ചവർ ജന്മിമാർക്കെ തിരേയും ഒത്തുചേർന്നു. ജന്മിമാരുടെ വീടുകൾ കൊള്ളയടിക്കാനും ആക്രമിക്കാനും പദ്ധതിയുണ്ടെന്ന് നാട്ടിലൊക്കെ വാർത്ത പരന്നു. അവർക്ക് മുന്നിൽ വെള്ളക്കാരുടെ പട തോറ്റോടിയെന്നും വാർത്തകൾ നിറഞ്ഞു. അങ്ങനെയിരിക്കെയാണ് ഒരാൾ ഞെട്ടിക്കുന്ന ഒരു വിവരവുമായി ഏലംകുളത്തു മനയിലേക്ക് ഓടിക്കയറിയത്. വാർത്തകേട്ട് ഇല്ലത്തുള്ളവർ ഭയന്നു. സ്ത്രീകൾ വാവിട്ട് നിലവിളിച്ചു.

"എന്തൊക്കെയാണ് കേൾക്കണത്... നാട്ടാർക്ക് വച്ചുവിളമ്പിയ ഈ ഇല്ലം ആക്രമിക്കാൻ വരണൂന്നോ.. ശിവ.. ശിവ..! "ഇല്ലത്തു

ണ്ടായിരുന്ന കാരണവരിൽ ഒരാൾ തലയ്ക്ക് കൈവച്ച് തൂണിൽ ചാരിയിരുന്നു. കുടിയാന്മാരുടെ നേതൃത്വത്തിൽ ഇല്ലം ആക്രമിക്കാൻ പദ്ധതിയിട്ടിരിക്കുന്നുവെന്ന്.. കുടിയാന്മാർ ഉടൻ ഇല്ലം വളയുമെന്ന്.. അതുകേട്ടപ്പോൾ കുഞ്ചുവിനും ഭയം തോന്നി. ആ ഭയം കുഞ്ചുവിന്റെ പാദത്തിൽനിന്നും ഉച്ചിയിലേക്ക് ഒരു പാമ്പിനെപ്പോലെ ഇഴഞ്ഞുകയറി. ഇനി എന്താണ് സംഭവിക്കുയെന്ന് അറിയില്ലല്ലോ. ലഹളക്കാർ വന്നാൽ തന്നെയും അമ്മയേയും ആക്രമിക്കുമോ..? അവർ തങ്ങളുടെ കൈകാലുകൾ അരിഞ്ഞുകളയുമോ..? പലവിധത്തിലുള്ള ഭയം കുഞ്ചുവിൽ നിറഞ്ഞു. അപ്പോഴാണ് വാതിലിൽ ശക്തിയായ തട്ടുംമുട്ടും കേൾക്കുന്നത്.

"തുറക്കൂ.. വാതിൽ തുറക്കാൻ.."

പരിചയമുള്ള ശബ്ദമാണ്. എങ്കിലും അകത്തുള്ളവർക്ക് ഒരു ഭയം.. കാലം വളരെ മോശമാണ്. ആരെയാണ്, എന്താണ് ചെയ്കാന്ന് ഒരു നിശ്ചയവും ഉണ്ടാകില്ല. അപ്പോൾ പുറത്തുനിന്നും വീണ്ടും ശബ്ദം ഉയർന്നു.

"വാതിൽ തുറക്കാൻ.. ഇത് ഞാനാണ് മേച്ചേരി.." അതു കേട്ടപ്പോൾ എല്ലാവർക്കും സമാധാനമായി. ഇല്ലത്തുള്ള ആൾതന്നെയാണ് മേച്ചേരി. ഇല്ലത്തിന്റെ കൂറ്റൻ വാതിൽ തുറന്നു.

"നിങ്ങളെന്തിനാ വാതിലടച്ച് അകത്ത് കുത്തിയിരിക്കുന്നത്..?" മേച്ചേരി ചോദിച്ചു. "അല്ല.. കലാപകാരികൾ ഇങ്ങോട്ട് വരുമെന്ന് കേട്ടു. വലിയ പടതന്നെ ഇങ്ങോട്ട് പുറപ്പെട്ടിട്ടുണ്ടത്രെ."

അതുകേട്ട് മേച്ചേരി പൊട്ടിച്ചിരിച്ചുകൊണ്ട് പറഞ്ഞു.

"അയ്യയ്യോ.. അത് കലാപകാരികളല്ല, നമ്മുടെ അടിയാന്മാരാണ്. അവർ വരുന്നത് കുഴപ്പമുണ്ടാക്കാനല്ല. മനയ്ക്ക് കുഴപ്പമുണ്ടാകാതിരിക്കാനാണ്. നമുക്ക് കാവൽനിൽക്കാനാണ്.." അതുകേട്ടതോടെ ഇല്ലത്തുള്ളവരുടെ ഉള്ളിൽ ആശ്വാസം നിറഞ്ഞു. മരുഭൂമിയിൽ തണൽമരത്തിനടിയിൽ പെട്ടതുപോലെ അവർ 'ഹാവൂ..' എന്ന് ആശ്വസിക്കുന്നത് കുഞ്ചുവും കേട്ടു. ഇല്ലത്തേയ്ക്ക് ലഹളക്കാർ എത്തിയില്ലെങ്കിലും പലയിടങ്ങളിലും അവർ കൊള്ളയും കൊലയും നടത്തുന്നുണ്ടായിരുന്നു. പല വലിയ ഇല്ലങ്ങളും കോവിലകങ്ങളും ആ സമയത്ത് കൊള്ളയടിക്കപ്പെട്ടു. അതോടെ ഇല്ലത്തുള്ളവർക്ക് വീണ്ടും ആധിയായി.

"വീടിന് കാവലുണ്ടെങ്കിലും കുട്ടികളെയും സ്ത്രീകളെയും ഇവിടെനിന്നും മാറ്റുന്നതാണ് നല്ലത്." കാരണവൻമാർ തീരുമാനിച്ചു. തൃശൂരിലെ വെള്ളാങ്ങല്ലൂരിൽ കുഞ്ചുവിന് ഒരു ബന്ധുവീടുണ്ട്. അവിടേക്ക് മാറ്റാം എന്നായിരുന്നു മുതിർന്നവർ ചേർന്ന് തീരുമാനിച്ചത്. അടുത്തദിവസംതന്നെ അവർ വെള്ളാങ്ങല്ലൂരിലേക്ക് യാത്ര തിരിച്ചു. ഇരിങ്ങാലക്കുടയ്ക്കും കൊടുങ്ങല്ലൂരിനും ഇടയിലാണ് ഈ സ്ഥലം. സ്ത്രീകളും കുട്ടികളും മുതിർന്നവരായ ചിലരും ഉൾപ്പെട്ടതായിരുന്നു സംഘം. അവരോടൊപ്പം കുഞ്ചുവും ഗുരുനാഥനും ഉണ്ടായിരുന്നു. ഷൊർണൂരിൽനിന്നും തീവണ്ടിയിൽ തൃശൂരിലിറങ്ങി. അവിടെനിന്നും ഒരു കാളവണ്ടിയിലായിരുന്നു യാത്ര. ആ യാത്രയിലാണ് കുഞ്ചു വെള്ളപ്പട്ടാളത്തെ ആദ്യമായി കാണുന്നത്. തോക്കും തൊപ്പിയും യൂണിഫോമും അണിഞ്ഞ ബ്രിട്ടീഷുകാരുടെ വെള്ളപ്പട്ടാളം..!

കാറും ബസുമുള്ള 'വലിയ' പട്ടണം!

ഏലംകുളം എന്ന നാടിന്റെ പേരുതന്നെയായിരുന്നു കുഞ്ചുവിന്റെ വീടിനും. ഏലംകുളം മന. ഏലംകുളം എന്നത് ഒരു കൊച്ചു ഗ്രാമമായിരുന്നു. ഒന്നോ രണ്ടോ മൺപാതകൾ മാത്രമാണ് അന്ന് ആ നാട്ടിൽ ഉണ്ടായിരുന്നത്. ബാക്കിയുള്ളവയൊക്കെ നടപ്പാതകളാണ്. ആളുകൾ നടന്നുപോകുന്ന ചെറിയ വഴികൾ. വലിയ മൺപാതകളിൽക്കൂടി പോകുന്ന വാഹനം എന്നു പറയുന്നത് കാളവണ്ടിയോ പോത്തുവണ്ടിയോ ആണ്. അതൊക്കെ സാധാരണക്കാരുടെ വാഹനങ്ങളാണ്. പണക്കാർക്ക് കുതിരവണ്ടിയുണ്ട്. പിന്നെയുള്ളത് വല്ലപ്പോഴും മാത്രം വരുന്ന ചില ഉദ്യോഗസ്ഥരുടെ കാറുകളാണ്. നാട്ടിൽ കാറെത്തുന്നു എന്നതുതന്നെ വലിയ ആഘോഷമാണ്. കാറ് പോയാൽ മണ്ണിളകി പൊടിക്കാറ്റിൽ പറക്കും. അതിനുപിന്നാലെ കുട്ടികൾ ആർത്തുവിളിച്ച് ഓടും. മൺപൊടി അവരുടെ കണ്ണിലും മൂക്കിലും നിറയും. എന്നാൽ കാറ് കാണുന്നതിന്റെ ആവേശത്തിൽ ആരും അതൊന്നും വകവയ്ക്കാറില്ല. ഇതെല്ലാം കുഞ്ചുവും കൗതുകത്തോടെ നോക്കിനിന്നിട്ടുണ്ട്. എന്നാൽ വെള്ളാങ്ങല്ലൂരിലേക്ക് താമസം മാറിയതോടെ കുഞ്ചുവിന് ചുറ്റും കാണുന്നതെല്ലാം അത്ഭുതങ്ങളായിരുന്നു. ഒന്നാമത്തെ കാരണം വെള്ളാങ്ങല്ലൂർ ഒരു കൊച്ചുപട്ടണമായിരുന്നു എന്നതുതന്നെയാണ്. വീടിനു മുന്നിൽ ഒരു വലിയ റോഡുണ്ട്. അതുവഴി "പോം പോം"ന്ന് ഹോണടിച്ചു നീങ്ങുന്ന ബസുകളും കാറുകളുമുണ്ട് ലോറികളുമുണ്ട്. സ്കൂളുകളും വലിയ ഓഫീസുകളും ചന്തകളും മറ്റ് വ്യാപാര സ്ഥാപനങ്ങളുമുണ്ട്. പഠിപ്പും പത്രാസുമുള്ള പാന്റ്സിട്ട ഉദ്യോഗസ്ഥരുണ്ട്. ഇംഗ്ലീഷ് പഠിച്ചവരും ഇംഗ്ലീഷ് പത്രം വായിക്കുന്നവരും കുഞ്ചുവിന് മാത്രമല്ല, ഗുരുനാഥനായ പള്ളിശേരിക്കും അത്ഭുതമായിരുന്നു. ഓത്തുചൊല്ലും സംസ്കൃത പഠനവും മാത്രമല്ല ലോകമെന്ന് കുഞ്ചുവും ഗുരുനാഥനും തിരിച്ചറിഞ്ഞു. നിരവധിയായ

പത്രമാസികകളും അത് ആനന്ദത്തോടെ വായിക്കുന്നവരേയും കണ്ടത് വെള്ളാങ്ങല്ലൂരിൽ എത്തിയതോടെയാണ്. ഇത്തരക്കാരെ കണ്ടുമുട്ടുന്നതിനും അവരുമായി സംസാരിക്കുന്നതിനുമുള്ള അവസരങ്ങൾ കുഞ്ചു ഉണ്ടാക്കിയെടുത്തു. അതിനായി വൈകിട്ട് റോഡിലൂടെ കുറച്ചുദൂരം നടക്കുന്നത് ഒരു ശീലമാക്കി. ആ യാത്രയ്ക്കിടയിൽ മിക്കപ്പോഴും ഗുരുനാഥനും ഉണ്ടാകും. വലിയ സ്കൂളുകളും അതിനുമുന്നിൽ ഫുട്ബോൾ അടക്കമുള്ള കളികളിൽ മുഴുകിയിരിക്കുന്ന കുട്ടികളെയും കണ്ടപ്പോൾ കുഞ്ചുവിന് അതിയായ താൽപര്യം തോന്നിയിരുന്നു. എന്നാൽ പട്ടണത്തിൽ കണ്ട മാറ്റങ്ങളും പരിഷ്ക്കാരങ്ങളും ഏലംകുളത്തേയ്ക്കും മറ്റു ഗ്രാമങ്ങളിലേക്കും പരക്കാൻ അധികകാലം വേണ്ടിവന്നില്ല. അതിൽ പ്രധാനം ഇംഗ്ലീഷ് പഠനംതന്നെയാണ്. നമ്പൂതിരി സമുദായത്തിൽപ്പെട്ട ആളുകൾ കൂടുതലായി ഇംഗ്ലീഷ് പഠിക്കാനും 'പരിഷ്ക്കാരിക'ളാകാനും തുടങ്ങിയിരുന്നു. പരിഷ്ക്കാരം എന്നത് കൈയിൽ വാച്ചു കെട്ടുക, മുടി സ്റ്റൈലിൽ ചീകിയൊതുക്കി വയ്ക്കുക, പാന്റ്സിടുക, സൈക്കിളിൽ യാത്ര ചെയ്യുക എന്നിവയാണ്. ഏലംകുളത്ത് തികച്ചും പരിഷ്ക്കാരിയായി നടന്നി രുന്നത് കുഞ്ചുവിന്റെ 'അപ്ഫ'നാണ്. അതായത് അച്ഛന്റെ അനുജൻ. അദ്ദേഹം പുറത്തുപോകുമ്പോൾ ഷർട്ടിടാറുണ്ട്. കോട്ടും തൊപ്പിയും അണിയാറുണ്ട്. മിക്കപ്പോഴും സൈക്കിളിലായിരുന്നു മൂപ്പർ യാത്ര ചെയ്തിരുന്നതും. കുഞ്ചുവിന്റെ അച്ഛനും അപ്ഫനും വളരെ ചെറുപ്പത്തിലെ മരിച്ചു. പിന്നീട് കുടുംബം നോക്കി നടത്തിയത് കുഞ്ചുവിന്റെ അച്ഛന്റെ സഹോദരീ പുത്രനാണ്. അവരുടെ വീടാണ് വെള്ളാങ്ങല്ലൂരിലേത്. അവിടെയെത്തിയതോടെ കുഞ്ചുവിന്റെ ജീവിതം പതിയെ മാറാൻ തുടങ്ങി. ഇംഗ്ലീഷും പത്രമാസികകളും വായിക്കണമെന്നും സ്കൂളിൽ പഠിക്കണമെന്നും മോഹം ഉദിച്ചത് 'പരിഷ്ക്കാരികളുടെ നാട്ടിൽ' എത്തിയതോടെയാണ്.

കുഞ്ഞുവിനെ മാറ്റിയ തൃശൂർ!

പെരിന്തൽമണ്ണ, പട്ടാമ്പി എന്നീ അങ്ങാടികൾ മാത്രമാണ് മുൻപ് കുഞ്ഞു കണ്ടിരുന്നത്. ചെറിയ പട്ടണങ്ങളെ അങ്ങാടികൾ എന്നാണ് അന്ന് വിളിച്ചിരുന്നത്. എന്നാൽ വെള്ളാങ്ങല്ലൂരിൽ എത്തിയതോടെ പല ആവശ്യങ്ങൾക്കായി അതിനടുത്തുള്ള തൃശൂർ പട്ടണത്തിൽ പോകാറുണ്ടായിരുന്നു. ഓത്തുചൊല്ലലിൽ കൂടുതൽ വൈദഗ്ധ്യം നേടുന്നതിനും അത് പ്രകടിപ്പിക്കാനുമുള്ള സ്ഥാപനമാണ് ബ്രഹ്മസ്വംമഠം. കുറച്ച് നമ്പൂതിരി കുടുംബങ്ങളുടെ വകയായിരുന്നു അത്. അതിൽ കുഞ്ചുവിന്റെ കുടുംബത്തിനും അവകാശമുണ്ട്. അവിടേയ്ക്ക് പോയതായിരുന്നു കുഞ്ചു. എന്തായാലുംബ്രഹ്മസ്വംമഠവും വടക്കുന്നാഥ ക്ഷേത്രവും കുഞ്ചുവിന് 'ശി' പിടിച്ചു. അതിലും കുടുതൽ ഇഷ്ടായത് ക്ഷേത്രത്തിനു ചുറ്റും വലംവച്ചുകിടന്ന റോഡുകളാണ്. അതുവഴി പലവട്ടം നടന്നു. ഇരുവശത്തും നിറഞ്ഞുനിന്നിരുന്ന വലുതും ചെറുതുമായ കടകൾ അത്ഭുതത്തോടെയാണ് നോക്കിക്കണ്ടത്. സൂട്ടിട്ട് ടൈ കെട്ടി സിഗരറ്റ് വലിച്ചുനീങ്ങുന്നവരെ ആദ്യമായാണ് കാണുന്നത്. അത് നോക്കിനിൽക്കാൻ തന്നെ രസമാണ്. നമ്പൂതിരി സമുദായത്തിന്റെ ക്ഷേമത്തിനായി പ്രവർത്തിക്കുന്ന യോഗക്ഷേമസഭയുടെ ഓഫീസും തൃശൂരിലായിരുന്നു. സമൂഹത്തിലെ ഉന്നതൻമാരായ പലരും യോഗക്ഷേമത്തിന്റെ ഓഫീസിൽ വരും. പിന്നീട് അവർ ഊണുകഴിക്കുന്നതിനായി ബ്രഹ്മസ്വം മഠത്തിലാണ് എത്തുക. അങ്ങനെ അവിടെയെത്തുന്ന പല പ്രശസ്തരെയും കാണാൻ കുഞ്ചുവിന് കഴിഞ്ഞു. ഈ സമയത്താണ് ഏലംകുളംമനയുടെ വകയായി ഒരു ബസ് സർവീസ് ആരംഭിക്കുന്നത്. ഏലംകുളം മോട്ടോർ സർവീസ് എന്നായിരുന്നു അതിന്റെ പേര്. രണ്ട് ബസുകളാണ് അതിനായി വാങ്ങിയത്. അതിൽ കയറി യാത്ര ചെയ്യുന്നതും പ്രവർത്തനരീതികൾ മനസിലാക്കുന്നതും കുഞ്ചുവിന് വലിയ ഇഷ്ടമായിരുന്നു. ആ സമയത്താ

ണ് ഇല്ലത്ത് ഒരു കാറ് വാങ്ങുന്നത്. അങ്ങനെ കുഞ്ചുവിന്റെ പിന്നീടുള്ള യാത്രകളിൽ ഏറെയും കാറിലായിരുന്നു. കുഞ്ചുവിന്റെ അച്ഛന്റെ സഹോദരിയുടെ മകനാണ് മിക്കപ്പോഴും കാറോടിച്ചിരുന്നത്. അദ്ദേഹത്തിന് ധാരാളം സുഹൃത്തുക്കളുണ്ട്. യാത്രയിൽ അങ്ങനെയുള്ള സുഹൃത്തുക്കളെ കാണുന്നതിന് അദ്ദേഹം ശ്രമിക്കാറുണ്ട്. അങ്ങനെ അവരൊക്കെയും കുഞ്ചുവിന്റെയും പരിചയക്കാരായി. കച്ചവടക്കാരും അധ്യാപകരും വക്കീലന്മാരും ഡോക്ടർമാരുമൊക്കെ അക്കൂട്ടത്തിലുണ്ടായിരുന്നു. അവരുമായൊക്കെയുള്ള പരിചയം കുഞ്ചുവിന് പിന്നീടുള്ള ജീവിതത്തിൽ വലിയ മുതൽക്കൂട്ടായി.

ചേച്ചിയുടെ വിവാഹം

തൃശൂരിൽനിന്നും വീണ്ടും ഏലംകുളത്ത് തിരിച്ചെത്തിയ ഉടനെയായിരുന്നു കുഞ്ചുവിന്റെ സഹോദരിയുടെ വിവാഹം നടക്കുന്നത്. പ്രിയദത്ത എന്നായിരുന്നു അവരുടെ പേര്. ഓപ്പോളെന്നാണ് സഹോദരിമാരെ കുഞ്ചു വിളിച്ചിരുന്നത്. പ്രിയദത്ത ഓപ്പോളിന്റെ വിവാഹത്തിനുമുൻപ് മൂന്ന് സഹോദരിമാരുടെ വിവാഹം കഴിഞ്ഞിരുന്നു. എന്നാൽ കുഞ്ചു അന്ന് തീരെ കുട്ടിയായിരുന്നതിനാൽ അതിലൊന്നും കാര്യമായി പങ്കെടുക്കാൻ കഴിഞ്ഞിരുന്നില്ല. അതിലൊന്നും വലിയ റോളും ഉണ്ടായിരുന്നില്ല. എന്നാൽ ഇത് അങ്ങനെയല്ല. കുഞ്ചുവിനെക്കാൾ മൂന്നുവയസ് മാത്രം മൂത്ത സഹോദരിയാണ്. കുഞ്ചുവിന് വളരെ ഇഷ്ടമുള്ള ഓപ്പോളാണ്. പേരുകേട്ട ഒരു മനയിൽ നിന്നായിരുന്നു ഓപ്പോളിന് ആലോചന വന്നത്. കിരാങ്ങാട്ട് മന എന്നു പറയും. പ്രശസ്തരായ ധാരാളം പണ്ഡിതൻമാരുള്ള മനയാണത്. ആർഭാടത്തോടെയായിരുന്നു വിവാഹം. അതിനിടയിൽ ഇല്ലത്ത് മറ്റൊരു വിവാഹത്തിനുകൂടി ഒരുക്കം തുടങ്ങി. അത് ഏട്ടൻ രാമൻ നമ്പൂതിരിപ്പാടിന്റെ വിവാഹമാണ്. രണ്ട് വിവാഹങ്ങൾ ഒന്നിച്ചുവന്നതിന്റെ സന്തോഷമായിരുന്നു. എന്നും ആളും ബഹളവും സദ്യയും. ഓപ്പോൾ വിവാഹം കഴിച്ച് മറ്റൊരു സ്ഥലത്തേയ്ക്ക് പോയതിന്റെ സങ്കടം കുറച്ചൊന്നുമായിരുന്നില്ല. എപ്പോഴും ഒരു കളിക്കൂട്ടുകാരിയെപ്പോലായിരുന്നു ഓപ്പോൾ. വലിയ സ്നേഹവും കരുതലുമാണ്. ആ ഓപ്പോളാണ് പടിയിറങ്ങി പോയിരിക്കുന്നത്. ഇനി കുറമ്പു കാട്ടണമെങ്കിൽ ഓപ്പോൾ അടുത്തില്ലല്ലോ എന്നതായിരുന്നു കുഞ്ചുവിന്റെ സങ്കടം. എന്നാൽ ഏട്ടന്റെ വിവാഹ ഒരുക്കത്തിൽ അത് മറക്കാൻ ശ്രമിച്ചു. അങ്ങനെ ഒരു ദിവസമാണ് നടുക്കുന്ന ആ വാർത്ത ഇല്ലത്തെത്തിയത്. തന്റെ പ്രിയപ്പെട്ട പ്രിയംവദ ഓപ്പോൾ മരിച്ചു..! അത് ഉൾക്കൊള്ളാൻ കുഞ്ചുവിന് കഴിഞ്ഞില്ല. ഒരു തൂണിൽ കെട്ടിപ്പിടിച്ച് എത്രയോ സമയം നിന്നു.

ഇല്ലത്തെ മുഴുവനും നിശബ്ദമാക്കിയതായിരുന്നു ആ വാർത്ത. ആരും ഒന്നും മിണ്ടുന്നില്ല. ഓരോ ദിക്കുകളിലായി കുനിഞ്ഞ് ഇരിപ്പാണ്. ഇനി ഒരിക്കലും ഓപ്പോളെ കാണാനേ കഴിയില്ലെന്നറിഞ്ഞപ്പോൾ അലറിക്കരയണമെന്നാണ് കുഞ്ചുവിന് തോന്നിയത്. എന്നാൽ അത് മറ്റുള്ളവരെ ഏറെ വേദനിപ്പിക്കുമെന്ന് അറിയാമായിരുന്നു. പ്രത്യേകിച്ചും അമ്മയെ. അതിനാൽ സങ്കടം ഉള്ളിലൊതുക്കി. അമ്മയെപ്പോലെ ഏറെ സ്നേഹിച്ച ഓപ്പോളെക്കുറിച്ചുള്ള ഓർമകൾ എപ്പഴും മനസിൽ ഉണ്ടാകും. പത്തായപ്പുരയിൽ ഇരിക്കുമ്പോൾ, പുറത്തെ വലിയ മാവിന്റെ ചോട്ടിൽ എത്തുമ്പോൾ, ഇരുട്ടുനിറഞ്ഞ കോണിപ്പടിയുടെ ചോട്ടിലെത്തുമ്പോൾ... അപ്പോഴെല്ലാം ആരും കാണാതെ കണ്ണ് തുടയ്ക്കും. ആ സങ്കടം കുറച്ചൊക്കെ മാറിത്തുടങ്ങിയത് ചേട്ടന്റെ വിവാഹഒരുക്കങ്ങൾ തുടങ്ങിയപ്പോഴാണ്. വലിയ ആഘോഷമായിട്ടായിരുന്നു വിവാഹം ഉദ്ദേശിച്ചിരുന്നത്. എന്നാൽ ഓപ്പോളിന്റെ മരണത്തോടെ അതിന്റെ ശോഭ കുറച്ചൊന്നുമല്ല മങ്ങിയത്. എന്നിട്ടും വീടിനു ചുറ്റും വലിയ പന്തലുകൾതന്നെ ഒരുക്കി. ഒരു വശത്ത് ആണുങ്ങൾക്ക് ഊണുകഴിക്കാനുള്ള സ്ഥലമാണ്. മറുവശത്ത് പെണ്ണുങ്ങൾക്ക് ഊണുകഴിക്കാനും വിശ്രമിക്കാനുമുള്ള സ്ഥലം. നടുക്കുള്ള സ്ഥലത്താണ് അതിഥികളെ ഇരുത്തുന്നത്. വിവാഹത്തിന്റെ ചില ചടങ്ങുകൾ നടക്കുന്നതും അവിടെവച്ചാണ്.

കുഞ്ചു വല്യ കുട്ടിയായി..!

വിവാഹത്തിന് നമ്പൂതിരി സമുദായത്തിൽ നിരവധി ചടങ്ങുകളുണ്ട്. അത് ഓരോ നാട്ടിലും മാറിമാറി വരും. വിവാഹം കഴിക്കുന്നയാൾ കുടുംബക്ഷേത്രങ്ങളിൽ പോയി തൊഴണം. അതാണ് ചടങ്ങുകളുടെ തുടക്കം. ചില സ്ഥലങ്ങളിൽ ഭജനയിരിക്കുകയും വേണം. അതിന് ചേട്ടനോടൊപ്പം പോയത് കൂട്ടുപോയത് കുഞ്ചുവാണ്. അതിനിടയിൽ ചില ബന്ധുവീടുകളിൽ വിരുന്നും സൽക്കാരവുമൊക്കെയുണ്ട്. വിവാഹച്ചടങ്ങുകൾ പ്രധാനമായും രണ്ടാണ്. ഒന്ന് വേളി. രണ്ടാമത്തേത് കുടിവെപ്പ്. വേളി പെൺവീട്ടിലാണ് നടത്തുക. അതു കഴിഞ്ഞാൽ കല്ല്യാണച്ചെക്കൻ രണ്ടുമാസത്തോളം നിൽക്കേണ്ടത് വധുവിന്റെ വീട്ടിലാണ്. പിന്നീട് 'കുടിവെപ്പി'നുമാത്രമേ സ്വന്തം വീട്ടിൽ എത്താവൂ. അങ്ങനെ വേളി കഴിഞ്ഞതോടെ ഏട്ടൻ വധുവിന്റെ വീട്ടിൽ താമസമായി. അപ്പോൾ ഏലംകുളത്ത് 'കുടിവെപ്പി'നുള്ള ഒരുക്കങ്ങൾ തുടങ്ങിയിരുന്നു. അതിന് മുൻപ് വീടിനു മുന്നിൽ ഒരു റോഡ് വെട്ടി. മെയിൻ റോഡിൽനിന്നും ഏലംകുളം മനവരെ ആദ്യമൊന്നും കൃത്യമായി റോഡുണ്ടായിരുന്നില്ല. എന്നാൽ കുടിവെപ്പിനുമുമ്പ് ഒരു റോഡ് വേണമെന്ന് കാരണവൻമാർ തീരുമാനിച്ചു. അങ്ങനെ ദിവസങ്ങൾ നീണ്ടുനിൽക്കുന്ന റോഡ് പണി വിവാഹത്തിലെ പ്രധാന ഇനമായി മാറി. അതുകഴിഞ്ഞതോടെയാണ് വീടിനുമുന്നിൽ വലിയ പന്തൽ ഉയർന്നത്. ബന്ധുക്കളും സുഹൃത്തുക്കളും അയൽപക്കത്തുള്ളവരുമായി നുറുകണക്കിന് ആളുകളാണ് വിവാഹത്തിനായെത്തിയത്. ഇല്ലത്തേയ്ക്ക് ഒരു അന്തർജനംകൂടി എത്തുകയാണ്. ചേട്ടന്റെ ഭാര്യ. കുഞ്ചുവിന്റെ ചേട്ടത്തിയമ്മ. കുഞ്ചുവിനും അത് വലിയ സന്തോഷമായിരുന്നു. ചേട്ടന്റെ ഭാര്യയ്ക്കും കുഞ്ചുവിനും ഒരേ പ്രായമാണ്. എന്നാൽ കുഞ്ചുവിനെ വിഷമിപ്പിച്ച ഒരു കാര്യമുണ്ടായിരുന്നു. പഴയതുപോലെ ചേട്ടന്റെ മുറിയിൽ ഇനി ഓടിക്കയറാൻ പാടില്ല. കാര

ണം വിവാഹം കഴിഞ്ഞതോടെ മുറിയുടെ പേരു മാറി. അത് 'അന്തപ്പുര'മായി. ചേട്ടന്റെ ഭാര്യയ്ക്ക് പ്രായപൂർത്തിയായ അനിയനെ നേരിട്ടുകാണാൻ പാടില്ല. 'സമാവർത്തന' ചടങ്ങുകൾ കഴിഞ്ഞാൽ ഇതാണ് സ്ഥിതി. കുഞ്ചുവിന്റെ 'സമാവർത്തന' ചടങ്ങുകൾ കഴിഞ്ഞിരുന്നുവല്ലോ. അതായത് കുഞ്ചുവിന് പ്രായപൂർത്തി ആയീന്ന് അർഥം. പ്രായപൂർത്തിയായാൽ അത്തരം ചില കുഴപ്പങ്ങളൊക്കെയുണ്ടെന്ന് ആദ്യമായാണ് കുഞ്ചു മനസിലാക്കുന്നത്.

കടവല്ലൂരിലെ അങ്കത്തട്ട്..!

ഓത്തുചൊല്ലുന്നതിനും പരിശീലിക്കുന്നതിനുമായി രണ്ട് മഠങ്ങളാണുള്ളത്. അതിലൊന്ന് തൃശൂരിലും മറ്റൊന്ന് തിരുന്നാവയിലുമാണ്. അതിൽ കുഞ്ചുവിന്റെ മഠം തൃശൂരിലേതാണ്. അവിടെവച്ചാണ് 'ഓത്തി'ലുള്ള ഉന്നതപരീശീലനം നേടുന്നത്. ഈ രണ്ട് മഠത്തിലുമുള്ള വിദ്യാർഥികൾ വർഷത്തിൽ ഒരു ദിവസം ഒരിടത്ത് ഒത്തുകൂടും. കുന്നങ്കുളത്തിനടുത്തുള്ള കടവല്ലൂരാണത്. പതിനാറു ദിവസത്തോളം നീണ്ടുനിൽക്കുന്ന പരിപാടികളാണ് അപ്പോൾ അവിടെ നടക്കുന്നത്. വിദ്യാർഥികളായെത്തുന്ന 'ഓത്തു' പഠിക്കുന്ന കുട്ടികളെക്കൂടാതെ യോഗത്തിലെ പ്രാമാണികരും ഈ സമയത്ത് അവിടെയെത്തും. അവരുടെ മുന്നിൽവച്ചാണ് കാണാപ്പാഠം പഠിച്ച ഋഗ്വേദത്തിലെ ശ്ലോകങ്ങൾ ചൊല്ലേണ്ടത്. അതിൽ ജയിക്കുന്നവരെ 'ഓത്തൻ'മാരായി തെരഞ്ഞെടുക്കും. തൃശൂർ യോഗത്തിൽനിന്നും തിരുന്നാവായ യോഗത്തിൽനിന്നും എത്തുന്നവർ 'കീരീം പാമ്പും' പോലെയാണ് അവിടെ പെരുമാറുന്നത്. രണ്ടു യോഗത്തിൽനിന്നും വന്നവരിൽ ബന്ധുക്കളും സുഹൃത്തുക്കളും കാണും. എന്നാൽ കടവല്ലൂരിൽ എത്തിയാൽ രണ്ടുകൂട്ടരും ശത്രുപക്ഷത്താണ്. രണ്ടു വിഭാഗക്കാർക്കും താമസിക്കാൻ പ്രത്യേകം സ്ഥലങ്ങളാണ്. ഒരു സ്ഥലത്താണ് ആഹാരം കഴിക്കുന്നത്. പക്ഷേ രണ്ടു ചേരികളിലായി, രണ്ട് വശത്തിരുന്ന് വേണം കഴിക്കാൻ. രാത്രിയിലെ ഭക്ഷണം കഴിക്കുന്നതിനു മുൻപും അതിനു ശേഷവുമായാണ് മത്സരങ്ങൾ നടക്കുന്നത്. മത്സരത്തിൽ പങ്കെടുക്കുന്നതിനായി രണ്ടു യോഗക്കാരും യോഗ്യരായവരെ നേരത്തേ തന്നെ തിരഞ്ഞെടുക്കും. ഓരോ യോഗത്തിൽനിന്നും മിടുക്ക് തെളിയിക്കുന്നവർ വേണം യോഗത്തിനുവേണ്ടി മത്സരത്തിനിറങ്ങാൻ. തൃശൂരിനുവേണ്ടി മത്സരിക്കാനുള്ളവരുടെ ലിസ്റ്റിൽ ഒരിക്കൽ കുഞ്ചു ഇടം പിടിച്ചിരുന്നു. പക്ഷേ ആദ്യറൗണ്ടിൽത്തന്നെ പരാജയപ്പെട്ടു. എ

ന്നാൽ അക്കൊല്ലം കടവല്ലൂരിൽ മത്സരം കാണാൻ കുഞ്ചുവും പോയിരുന്നു. മറ്റുള്ളവർ മത്സരിക്കുമ്പോൾ എല്ലാം ശ്രദ്ധിച്ചിരിക്കും. സന്ധ്യയ്ക്കാണ് മത്സരം തുടങ്ങുക. അത് ഊണുവരെ നീണ്ടുനിൽക്കും. ആദ്യ റൗണ്ടിൽ ഊണുകഴിക്കുന്നത് മത്സരിക്കുന്ന കുട്ടികളാണ്. അതിനുശേഷമാണ് ബാക്കിയുള്ളവർക്ക് ഊണ്. അപ്പോഴേക്കും പാതിരാവായിക്കഴിയും. അങ്ങനെ ഓത്തു കേൾക്കാനെത്തുന്ന കുഞ്ചു പലപ്പോഴും ഊണുമേശയിൽത്തന്നെയിരുന്ന് ഉറങ്ങിയിട്ടുണ്ട്. പുസ്തകങ്ങളും മാസികകളും വായിക്കാനും ചർച്ചചെയ്യാനുമുള്ള സാഹചര്യം കടവല്ലൂരിൽ ഉണ്ടായിരുന്നു. വായിക്കുന്നവരും കാര്യങ്ങളെക്കുറിച്ച് പാണ്ഡിത്യമുള്ളവരുമായ ആളുകളെ കണ്ടെത്തി അവരുമായി ചർച്ച നടത്തുക കുഞ്ചുവിന് വലിയ ഇഷ്ടമുള്ള കാര്യമായിരുന്നു.

രാമേശ്വരത്തേക്ക് ഒരു യാത്ര

കടവല്ലൂർ അന്യോന്യത്തിനു പോകുന്നതിനു മുൻപായി കുഞ്ചു നീണ്ട ഒരു യാത്ര പോയി. അത് രാമേശ്വരത്തേക്കായിരുന്നു. ഗുരുനാഥന്റെയും അദ്ദേഹത്തിന്റെ ചങ്ങാതി മാരുടെയും കൂടെയായിരുന്നു അത്. കേരളത്തിന് പുറത്തേക്കുള്ള ആദ്യ യാത്രയാണ്. ഹോട്ടലുകളിൽ താമസം. പുറത്തുനിന്നുള്ള ഭക്ഷണം... എല്ലാം പുതിയ അനുഭവങ്ങളായിരുന്നു. ഇംഗ്ലീഷ് അക്ഷരങ്ങളൊക്കെ നേരത്തെ പഠിച്ചിരുന്നതിനാൽ യാത്രയ്ക്കിടയിൽ കുഞ്ചുവിന് ഒരു 'ഹോബി'യുണ്ടായിരുന്നു. സ്റ്റേഷനുകളുടെ ഇംഗ്ലീഷ് പേരുകൾ ചേർത്തുവായിക്കുക. വണ്ടി സ്റ്റേഷനിൽ എത്തുമ്പോൾ മാത്രമേ അത് നടക്കൂ. അല്ലാതെ വണ്ടി വേഗത്തിൽ നീങ്ങുമ്പോൾ അക്ഷരങ്ങൾപോലും കൃത്യമായി വായിക്കാൻ കഴിയാറില്ല. അത്രയ്ക്കുള്ള ജ്ഞാനമേ ഉണ്ടായിരുന്നുള്ളൂ. തമിഴിലെ ചില അക്ഷരങ്ങൾ പഠിക്കാനുള്ള ശ്രമവും അതിനിടയിൽ ആരംഭിച്ചിരുന്നു. രാമേശ്വരത്തേക്കുള്ള യാത്രയിൽ ആദ്യം എത്തിയത് ശ്രീരംഗം ക്ഷേത്രത്തിലാണ്. പിന്നീട് മധുരയിൽ എത്തി. മധുരമീനാക്ഷി ക്ഷേത്രം ചുറ്റിക്കറങ്ങി കണ്ടു. അതുകൊണ്ട് പട്ടണത്തിൽ കറങ്ങാനുള്ള സമയം കിട്ടിയതുമില്ല. അത് കുഞ്ചുവിന് വലിയ വിഷമമായി. അതു കഴിഞ്ഞ് രാമേശ്വരത്ത് എത്തിയപ്പോഴും സമയക്കുറവുകാരണം ക്ഷേത്രം മാത്രമാണ് കാണാൻ കഴിഞ്ഞത്. എന്നാൽ പാമ്പൻപാലം കണ്ടത് സന്തോഷമുള്ള ഒരു അനുഭവമായിരുന്നു. രാമേശ്വരത്തേയും ധനുഷ്ക്കോടിയേയും ബന്ധിപ്പിക്കുന്ന പാലമാണ് പാമ്പൻപാലം. യാത്രപോയി വന്നതോടെ പഠിക്കണം എന്ന ആഗ്രഹം കലശലായി. അതിന് പ്രചോദനമായത് സ്റ്റേഷനുകളുടെ പേര് വായിക്കാൻ നടത്തിയ ശ്രമമാണ്. പിന്നീട് കിട്ടുന്നതൊക്കെ തപ്പിയെടുത്ത് വായിക്കാനുള്ള ശ്രമമായി. തമിഴ് അക്ഷരവും ഹിന്ദിയിലെ അക്ഷരങ്ങളും പഠിക്കാൻ ആരംഭിച്ചതും യാത്രയ്ക്ക് ശേഷമാണ്. ആയിട

യ്ക്ക് രാഷ്ട്രീയമായ കാര്യങ്ങളിലും താൽപര്യം വളരാൻ തുടങ്ങിയിരുന്നു. നാടിനുപുറത്ത് എന്താണ് സംഭവിക്കുന്നതെന്ന് അറിയാനും മനസിലാക്കാനും ആഗ്രഹമുണ്ടായിരുന്നു. മാതൃഭൂമി പത്രം പുറത്തിറങ്ങുന്നത് ആയിടയ്ക്കാണ്. അത് വായിക്കാനും വായിച്ച പത്രങ്ങൾ അടുക്കി സൂക്ഷിക്കാനും തുടങ്ങി. അതിനോടൊപ്പം യോഗക്ഷേമസഭയുടെ മാസികയായ യോഗക്ഷേമവും ഉണ്ണിനമ്പൂതിരി എന്ന മാസികയുമൊക്കെ വായിച്ച് കാര്യങ്ങൾ മനസ്സിലാക്കാനും ശ്രമിച്ചു. പുസ്തകങ്ങൾ തേടിപ്പിടിച്ച് വായിക്കാനുള്ള ശ്രമവും തുടങ്ങി. ഈ സമയത്ത് ഗുരുനാഥൻ കുറച്ച് അകലെയുള്ള ഒരു കുട്ടിയെ പഠിപ്പിക്കുന്നതിനായി പോകാറുണ്ട്. ഒരിക്കൽ പോയാൽ രണ്ടാഴ്ച കഴിഞ്ഞേ അദ്ദേഹം മടങ്ങി വരൂ. അതോടെ കുഞ്ചുവിന് കൂടുതൽ സമയം കിട്ടി. ചില പുതിയ കൂട്ടുകാരെക്കൂടി കൂട്ടിന് കിട്ടിയതും ആ സമയത്താണ്. അവരുമായി ഉത്സവങ്ങൾക്കും കഥകളിക്കും ഓട്ടൻതുള്ളലിനുമൊക്കെ പോകാൻതുടങ്ങി. ഇതിനുംകൂടി സമയം മാറ്റിവച്ചതിനാൽ വിചാരിച്ചതുപോലെ വായിക്കാൻ കഴിഞ്ഞില്ല.

ഗാന്ധിജിയെ കാണാൻ!

വായിക്കുന്നതിലൂടെ സമുഹത്തിലെയും നാട്ടിലെയും മാറ്റങ്ങൾ മനസ്സിലാക്കാൻ കഴിഞ്ഞിരുന്നു. സ്വാതന്ത്ര്യ സമരത്തെക്കറിച്ചും ഗാന്ധിയെക്കുറിച്ചും ചില വാർത്തകൾ പത്രത്തിൽ വന്നിരുന്നു. ആയിടയ്ക്കാണ് ഗാന്ധിജി കേരള പര്യടനത്തിനായെത്തുന്ന വിവരമറിഞ്ഞത്. പല സ്ഥലങ്ങളും സന്ദർശിക്കുന്ന കൂട്ടത്തിൽ തൃശൂരിലും അദ്ദേഹം എത്തുന്നുണ്ട്. എങ്ങനെയെങ്കിലും ഗാന്ധിയെ നേരിട്ടു കാണണമെന്ന ആഗ്രഹവുമായി കഴിയുന്ന കാലമായിരുന്നു അത്. അദ്ദേഹത്തെ കാണുന്നതിനായി ചില കൂട്ടുകാരോടൊപ്പം കുഞ്ചുവും പോയി. തൃശൂർ വലിയ മൈതാനത്തായിരുന്നു അദ്ദേഹം എത്തിയത്. കുഞ്ചുവും കൂട്ടുകാരും അവിടെയെത്തുമ്പോൾ പതിനായിരക്കണക്കിന് ആളുകൾ മൈതാനത്ത് തിങ്ങിനിറഞ്ഞിട്ടുണ്ട്. അദ്ദേഹത്തെ കാണുക... കാൽതൊട്ട് നമസ്ക്കരിക്കുക. അതൊക്കെയായിരുന്നു വന്നവരുടെയെല്ലാം ആഗ്രഹം. കുഞ്ചുവിന്റെ ആഗ്രഹവും അതുതന്നെയായിരുന്നു. അദ്ദേഹം വന്നപ്പോഴും പോയപ്പോഴും കാൽതൊട്ടു വന്ദിക്കാൻ ആയിരങ്ങളാണ് തിരക്കുകൂട്ടിയത്. അക്കൂട്ടത്തിൽ ഒരാളായി ഉണ്ടായിരുന്നെങ്കിലും കുഞ്ചുവിന് അതിന് കഴിഞ്ഞില്ല. ആയിടയ്ക്ക് കുഞ്ചുവിന്റെ ഒരു ബന്ധു ജയിലിലായി. 'ലോകമാന്യൻ' എന്നൊരു മാസികയിൽ വന്ന രാഷ്ട്രീയ ലേഖനത്തിന്റെ പേരിലായിരുന്നു അത്. 'ലോകമാന്യൻ' മാസികയുടെ പത്രാധിപൻമാരിൽ ഒരാളായിരുന്നു അദ്ദേഹം. കുറൂർ നീലകണ്ഠൻ നമ്പൂതിരിപ്പാട് എന്നാണ് അദ്ദേഹത്തിന്റെ പേര്. അക്കാലത്ത് ജയിൽവാസം അനുഭവിച്ചുവരുന്ന നമ്പൂതിരി സമുദായത്തിൽപ്പെട്ട അംഗങ്ങളെ 'ഭ്രഷ്ട്' കൽപിക്കുമായിരുന്നു. സമുദായത്തിൽനിന്നും എല്ലാ കാര്യത്തിനും അവരെ അകറ്റി നിർത്തും. അതുകൊണ്ട് നമ്പൂതിരിമാർ രാഷ്ട്രീയത്തിൽ പ്രവർത്തിക്കുന്നതിനു മുൻപ് 'അത് വേണോ. കുഴപ്പമാകുമോ..?'എന്നൊക്കെ പലവട്ടം

ആലോചിക്കും. കുഞ്ചുവിന് രാഷ്ട്രീയത്തിൽ വലിയ താൽപര്യമുണ്ടായിരുന്നു. എന്നാൽ ഈ സംഭവത്തോടെ വീട്ടിൽനിന്നും ശക്തമായ വിലക്കുണ്ടായി. എന്നാൽ സമുദായ പ്രവർത്തനവും സാമുഹിക പ്രവർത്തനവും ആവേശത്തോടെയാണ് നടത്തിയത്. അതിന് ആരും തടസം നിന്നിരുന്നില്ല. നമ്പൂതിരി യോഗക്ഷേമസഭയ്ക്ക് തൃശൂരിൽ കേന്ദ്രഓഫീസുണ്ട്. അതിന് പല സ്ഥലങ്ങളിലും ഉപസഭകളുമുണ്ട്. ഒരു ഉപസഭ വള്ളുവനാടുമുണ്ടായിരുന്നു. അതിന്റെ സെക്രട്ടറിയായി കുഞ്ചു തിരഞ്ഞെടുക്കപ്പെട്ടു. അന്ന് കുഞ്ചുവിന് 14 വയസ് കഴിഞ്ഞിട്ടേയുണ്ടായിരുന്നുള്ളൂ. തനിക്ക് ഒന്നും അറിയില്ലെന്ന് കുഞ്ചു പറഞ്ഞതാണ്. പക്ഷേ കുഞ്ചുതന്നെ സെക്രട്ടറിയായി വരണമെന്നായിരുന്നു എല്ലാവരുടെയും ആഗ്രഹം. എല്ലാം പഠിപ്പിച്ചുതരാം. തൽക്കാലം നീയൊന്ന് സമ്മതിച്ചാൽ മതിയെന്ന് 'വല്ല്യ' നമ്പൂതിരിമാർ പറഞ്ഞു. കുഞ്ചു സമ്മതിക്കുകയും ചെയ്തു. സഭയുടെ യോഗം വിളിക്കുക, സഭാപ്രവർത്തനം സജീവമാക്കുക എന്നിവയായിരുന്നു അതിന്റെ ചുമതലകൾ. പൊതുപ്രവർത്തനത്തിലേക്കുള്ള കുഞ്ചുവിന്റെ ആദ്യ കാൽവയ്പായിരുന്നു അത്. ഉപസഭയുടെ സെക്രട്ടറിയായിരിക്കുമ്പോഴാണ് ആദ്യമായി പ്രസംഗിക്കാനുള്ള അവസരം കുഞ്ചുവിന് കിട്ടുന്നത്. പ്രസംഗിച്ചു തുടങ്ങുമ്പോൾ ചെറിയ വിക്ക് അനുഭവപ്പെടുന്നുണ്ട്. അത് ജന്മനാ ഉള്ളതാണ്. എന്നാലും പറയേണ്ട കാര്യം കൃത്യമായി പറയാൻ കുഞ്ചു ശ്രദ്ധിച്ചു. അതുകൊണ്ട് സമുദായത്തിൽ ചർച്ച ചെയ്യേണ്ടതായ വിഷയങ്ങളെക്കുറിച്ച് പഠിക്കേണ്ടതായും വന്നു. സെക്രട്ടറിയായശേഷം സഭയുടെ ചില വലിയ സമ്മേളനങ്ങളിലും പങ്കെടുക്കാൻ കുഞ്ചുവിന് കഴിഞ്ഞു. തൃശൂരിൽ നടത്തിയ ഒരു സമ്മേളനത്തിലാണ് ആദ്യമായി പങ്കെടുക്കുന്നത്. അന്ന് സമ്മേളനങ്ങളിലും പ്രസംഗങ്ങളിലും പങ്കെടുക്കാനായി എത്തിച്ചേരുന്നവർ ഷർട്ടിടാറില്ല. മുണ്ടും അതിനുമുകളിൽ ഒരു രണ്ടാംമുണ്ടുമാണ് വേഷം. നമ്പൂതിരിമാരല്ലാത്ത ചില വിശിഷ്ട വ്യക്തികളും അത്തരത്തിൽ വരാറുണ്ടായിരുന്നു. അവരിൽ ചിലർ പ്രസംഗിക്കുകയും ചെയ്യും. അതൊക്കെ കണ്ടും കേട്ടും നടക്കുക.. അതായിരുന്നു അക്കാലത്ത് കുഞ്ചുവിന് ഏറ്റവും വലിയ കൗതുകം.

സ്കൂളിൽ ചേർന്നപ്പോൾ..!

ഇങ്ങനെ സെക്രട്ടറി കളിച്ചുമാത്രം നടന്നാൽ പോര. സ്കൂളിൽ പോയി പഠിക്കണമെന്ന വിചാരം കുഞ്ചുവിന് തോന്നിത്തുടങ്ങി. അത്യാവശ്യ കാര്യങ്ങളെല്ലാം സ്വന്തമായി പഠിച്ചിട്ടുണ്ട്. ഇംഗ്ലീഷ് എഴുതാം, വായിക്കാം. മലയാളം എഴുതുകയും വായിക്കുകയും ചെയ്യാൻ കഴിയുന്നുണ്ട്. കണക്കിലും മോശമില്ല. പക്ഷേ ഒന്നിന്റെയും വ്യാകരണം വശമില്ല. അതിന് സ്കൂളിൽത്തന്നെ പോകണം. ഇത്രയുമൊക്കെ അറിയുന്ന സ്ഥിതിക്ക് സ്കൂളിൽ ഉയർന്ന ക്ലാസിൽ പ്രവേശനം കിട്ടേണ്ടതാണ്. സ്കൂളിൽ സയൻസ്, ചരിത്രം എന്നിങ്ങനെയുള്ള വിഷയങ്ങളും പഠിപ്പിക്കുന്നുണ്ട്. അതിനെക്കുറിച്ചൊന്നും കുഞ്ചുവിന് ഒരു പിടിയുമില്ല. സ്കൂളിൽ ചേരണമെന്നുള്ള ആഗ്രഹം അമ്മയുടെ അടുത്താണ് ആദ്യം പറയുന്നത്. “അമ്മേ.. എനിക്കിനി സ്കൂളിൽ പോണം..” അമ്മ ഞെട്ടുമെന്നാണ് കുഞ്ചു കരുതിയത്. എന്നാൽ പ്രതീക്ഷിച്ചിരുന്നതുപോലെ ഒന്നു പുഞ്ചിരിക്കുക മാത്രമാണ് അമ്മ ചെയ്തത്. ഗുരുനാഥൻ ഒരുപക്ഷേ അമ്മയോട് ഇക്കാര്യം നേരത്തെതന്നെ സൂചിപ്പിച്ചിരിക്കാം. തന്റെ മോന് ആവശ്യത്തിന് ബുദ്ധിയും കഴിവും ഭഗവാൻ നൽകിയിട്ടുണ്ട്. സ്കൂളിൽ പോകുമ്പോൾ അന്യജാതിക്കാർക്കൊപ്പമിരുന്ന് പഠിക്കേണ്ടി വരില്ലേ..? അതായിരുന്നു വിഷ്ണുദത്ത അന്തർജനത്തെ സങ്കടപ്പെടുത്തിയ കാര്യം. വല്യേട്ടനോടും ഇക്കാര്യം പറഞ്ഞു. പക്ഷേ തൽക്കാലം വേണ്ട എന്നായിരുന്നു അദ്ദേഹത്തിന്റെ നിലപാട്. എന്നാൽ വാശിയുടെ കാര്യത്തിൽ കുഞ്ചു ഒട്ടും പിന്നിലായിരുന്നില്ല. അതുകൊണ്ട് തീരുമാനത്തിൽനിന്നും പിന്മാറാൻ ഒരുക്കമായിരുന്നില്ല. “പറ്റില്ല.. എനിക്ക് സ്കൂളിൽ ചേരണം. പെരിന്തൽമണ്ണ സ്കൂളിൽത്തന്നെ ചേരണം..” കുഞ്ചു പറഞ്ഞു. ആ വാക്കുകൾക്ക് ഉറപ്പുണ്ടായിരുന്നു. നിശ്ചയദാർഢ്യവുമുണ്ടായിരുന്നു. വാശിപിടിച്ചാൽ വിടുന്നവനല്ല കുഞ്ചു എന്ന് അമ്മയ്ക്കും അറി

യാം. അമ്മ വിവരം ഇല്ലത്തെ കാരണവരായ മേച്ചേരിയേട്ടനോടും പറഞ്ഞു. അങ്ങനെ എല്ലാവരുംകൂടി ഒരു തീരുമാനത്തിലെത്തി. ഗുരുനാഥനോട് അനുവാദം വാങ്ങുക. അദ്ദേഹം സമ്മതിച്ചാൽ ആയിക്കോട്ടെ. അടുത്ത ദിവസംതന്നെ കുഞ്ചു ഗുരുനാഥന്റെ അരികിലെത്തി. "എനിക്ക് സ്കൂളില് പോയി പഠിക്കണം. അതിന് ഗുരുനാഥൻ അനുഗ്രഹിക്കണം." ഒന്നു ചിരിച്ചതല്ലാതെ അദ്ദേഹം മറുപടിയൊന്നും പറഞ്ഞില്ല. കുഞ്ചു ആവർത്തിച്ചു. "സ്കൂളിൽ പോയി പഠിക്കണമെന്നാണ് എന്റെ ആഗ്രഹം.." അപ്പോൾ ഗുരുനാഥൻ കൈകൾ കൊണ്ട് 'ആവാം 'എന്ന് ആംഗ്യം കാട്ടി. പിന്നീട് പറഞ്ഞു. "വിദ്യ എത്രയായാലും അധികാവില്ലാലോ.. കുഞ്ചു ഒരു കാര്യം ചെയ്തോളൂ.. ദക്ഷിണ നൽകിയിട്ട് എന്താന്ന് ച്ചാല് ആയിക്കോളൂ.." ശിഷ്യൻ ഗുരുനാഥന്റെ കാലുതൊട്ട് വന്ദിച്ചു. ദക്ഷിണ നൽകി. ഗുരുനാഥൻ തലയിൽ കൈവച്ച് അനുഗ്രഹിച്ചു. "ന്റെ കുട്ടി നന്നായി വരും..കേമനാകും.. " അങ്ങനെ അമ്മയുടെയും ചേട്ടന്റെയും ഗുരുനാഥ ന്റെയുമെല്ലാം അനുഗ്രഹം വാങ്ങി പെരിന്തൽമണ്ണ ഹൈസ്കൂളിൽ ചേർന്നു. വലിയ സ്കൂളാണ്. പല ജാതിയിലും മതത്തിലും പെട്ട കുട്ടികൾ. കുഞ്ചുവിന് എല്ലാം പുതുമയായിരുന്നു. ഓരോ പിരീഡിലും അധ്യാപകർ മാറിമാറി വരുന്നു. ഓരോ വിഷയങ്ങളാണ് അവർ എടുക്കുന്നത്. അതുകൊണ്ട് ഒട്ടും മടുപ്പില്ല. ബാക്കി സമയം കുട്ടികളോടൊപ്പം കളിക്കാം. കഥപറയാം. പഠിപ്പിക്കുന്നതാണെങ്കിലും കുഞ്ചുവിന് കുറെയൊക്കെ അറിയാവുന്ന കാര്യങ്ങളായിരുന്നു. കണക്കും ഇംഗ്ലീഷും സയൻസും എളുപ്പമാണ്. കുറച്ച് വിഷമമുണ്ടായത് സാമൂഹികശാസ്ത്രമാണ്. അതും പഠിച്ചു തുടങ്ങി. ക്ലാസിൽ നല്ല മാർക്ക് ലഭിക്കുന്നതിനാൽ അധ്യാപകർക്കും വലിയ ഇഷ്ടമായിരുന്നു. സ്കൂളിൽ നടന്നിരുന്ന പ്രസംഗപരിശീലനം ഉപന്യാസം തുടങ്ങിയ സാഹിത്യ പരിപാടികളിൽ എന്നും കുഞ്ചു പങ്കെടുത്തിരുന്നു. സ്കൂളിൽ ചേർന്നപ്പോൾ ലഭിച്ച മറ്റൊരു സൗകര്യമാണ് കുഞ്ചുവിനെ ഏറെ സന്തോഷിപ്പിച്ചത്. 'ഹിന്ദു' എന്ന ഇംഗ്ലീഷ് പത്രം തുടർച്ചയായി വായിക്കാം. അങ്ങനെ രാഷ്ട്രീയകാര്യങ്ങൾ കുടുതൽ മനസിലാക്കാൻ കഴിഞ്ഞു. ഉയർന്ന ക്ലാസിൽ എത്തിയപ്പോൾ ചരിത്രമാണ് പ്രധാന വിഷയമായി എടുത്തത്. പഠനത്തിൽ മുന്നിലായതിനാൽ കണക്കോ സയൻസോ എടുക്കുന്നതാവും നല്ലതെന്നാണ് അധ്യാപകർ പറഞ്ഞത്. എന്നാൽ

കുഞ്ചു സ്വന്തം തീരുമാനപ്രകാരം മുന്നോട്ടുപോയി. അധികം വൈകാതെ അത്തരത്തിൽ ഒരു തീരുമാനംകൂടി സ്വന്തമായി കുഞ്ചുവിന് എടുക്കേണ്ടിയും വന്നു. അത് പെരിന്തൽമണ്ണ വിട്ട് പാലക്കാടേക്ക് മാറുക എന്നതായിരുന്നു. പാലക്കാട് വിക്ടോറിയ കോളജ് ഹൈസ്കൂളിലേക്കാണ് കുഞ്ചു മാറിയത്. കോളജിനോട് ചേർന്നാണ് സ്കൂൾ. അതുമാത്രവുമല്ല, ചില കുട്ടുകാരൊക്കെ അവിടെ പഠിക്കുന്നുമുണ്ട്. പിന്നെ പാലക്കാടാവുമ്പോൾ ദിവസവും വീട്ടിൽപോയി വരുന്നതും ഒഴിവാക്കാം. ഹോസ്റ്റലിൽനിന്ന് പഠിക്കാം ഇതൊക്കെയായിരുന്നു പാലക്കാടേയ്ക്ക് മാറാനുള്ള പ്രധാന കാരണങ്ങൾ. വീട്ടുകാർക്കും വലിയ എതിർപ്പ് ഉണ്ടായിരുന്നില്ല. ആ വർഷം മികച്ച രണ്ടാമത്തെ വിദ്യാർഥിക്കുള്ള സമ്മാനവും കിട്ടി. ഒരു പുസ്തകമായിരുന്നു അത്. അവിടെനിന്നും സ്കൂൾ ഫൈനലിലും ഉയർന്ന മാർക്കോടെയാണ് കുഞ്ചു പാസായത്.

ഗുരുവായൂരമ്പലനടയിൽ...

ആ ക്രിസ്മസ് അവധിക്കാലത്ത് ചേട്ടനും കുഞ്ചുവും ചില ചങ്ങാതിമാരുംകുടി ഒരു യാത്രപോയി. മദിരാശിയിലേക്കായിരുന്നു യാത്ര. അവിടെ കാണാൻപോകുന്ന വിസ്മയങ്ങളെക്കുറിച്ചോർത്ത് രണ്ടുമൂന്നു ദിവസത്തേയ്ക്ക് ഉറങ്ങാൻപോലും കഴിഞ്ഞില്ല. എന്നാൽ മദിരാശിയിലെത്തിയതിന്റെ പിറ്റേദിവസം കുഞ്ചുവിന് പനി പിടിച്ചു. "പനിയും വച്ചോണ്ട് കുടുതൽ ചുറ്റണ്ട. കുഞ്ചു വിശ്രമിച്ചോളൂ.." ചേട്ടൻ പറഞ്ഞു. അങ്ങനെ കുഞ്ചു ഹോട്ടലിൽ വിശ്രമത്തിലായി. മറ്റുള്ളവർ കാഴ്ചകൾ കണ്ട് ആഘോഷിച്ചു. സങ്കടം സഹിക്കാനാവാതെ പലപ്പോഴും പൊട്ടിക്കരഞ്ഞു. മദ്രാസിൽ നിന്നും വീട്ടിലെത്തിയിട്ടും പനിക്ക് യാതൊരു മാറ്റവുമില്ല. "ഇതിങ്ങനെ വച്ചാൽ പറ്റില്ല. നമുക്ക് വൈദ്യരെ കാണണം.." അമ്മ ശഠിച്ചു. വൈദ്യരുടെ അടുത്തെത്തി. കിടത്തിയും ചെരിച്ചും മലർത്തിയിട്ടും വൈദ്യർ പല പരിശോധനകളും നടത്തി. ഒടുവിൽ വിധിച്ചു. "സംശയിക്കണ്ട.. ഇത് മലമ്പനിതന്നെ. സൂക്ഷിക്കണം. പഥ്യങ്ങൾ കിറുകൃത്യമായി അനുസരിക്കണം. അല്ലെങ്കിൽ അപകടമാണ്. വിശ്രമം അത്യാവശ്യം.." വീട്ടിലെത്തിക്കഴിഞ്ഞും ഒരേ കിടപ്പുതന്നെ. നല്ല ക്ഷീണമുണ്ട്. പലപ്പോഴും തളർന്ന് മയക്കംതന്നെ. ഈ കിടപ്പിനേക്കാളും ക്ഷീണത്തേക്കാളും വേദനിപ്പിച്ചത് സ്കൂളിൽ പോകാൻ കഴിയില്ലെന്ന ചിന്തയായിരുന്നു. കണ്ണടയ്ക്കുമ്പോഴൊക്കെ കൂട്ടുകാരുടെ രൂപമാണ് മനസിൽ. അവർ കളിക്കുന്നതും വായിക്കുന്നതുമെല്ലാം.. അതു മാത്രവുമല്ല, സ്കൂളിൽ പോകാത്തതിന്റെ പേരിൽ തോൽക്കുമോ എന്ന പേടിയുമുണ്ടായിരുന്നു. എന്നാൽ ഒരു ദിവസം ഹെഡ്മാസ്റ്റർ പരമേശ്വരയ്യർ സാർ വീട്ടിലെത്തി. കുഞ്ചുവിനെ ആശ്വസിപ്പിച്ചു. "നീ ഒന്നുകൊണ്ടും വിഷമിക്കേണ്ട ശങ്കരാ.. മറ്റു പരീക്ഷകളിലൊക്കെ നിനക്ക് നല്ല മാർക്കാണല്ലോ. അതുകൊണ്ട് അടുത്ത ക്ലാസിലേക്ക് ജയിച്ചുകേറിക്കോളും. പേടിക്കാ

തെ കിടന്നോളു..” അതുകേട്ടപ്പോൾ കുഞ്ചുവിന് വലിയ ആശ്വാസമായി. പനി പൂർണമായും മാറിയപ്പോഴേക്കും അവധിക്കാലമായി. അവധിക്ക് കുഞ്ചുവിനോട് ഗുരുവായൂരിലേക്ക് പോകണമെന്ന് എല്ലാവരും ആവശ്യപ്പെട്ടു. അവിടെ അമ്പലത്തിൽ പന്ത്രണ്ട് ദിവസം ഭജനമിരിക്കുക. പനി മാറാൻ അമ്മ ഗുരുവായൂരപ്പന് വഴിപാട് നേർന്നതാണ്. ഗുരുവായൂരില് പോകാറ് പതിവുള്ളതാണ്. പക്ഷേ പതിനാലു ദിവസം അവിടെ താമസിക്കുന്നത് ആദ്യമായിട്ടാണ്. കൂട്ടിന് ഗുരുനാഥനായ പള്ളിശേരിയും കുടുംബവുമുണ്ട്. അതിനായി അവിടെ മുറിയും ബുക്കു ചെയ്തു. മുറിയുണ്ടെങ്കിലും രാവിലെയും ഉച്ചയ്ക്കും സന്ധ്യയ്ക്കും വൈകിട്ടും ഗുരുവായുരപ്പനെ തൊഴാനായി എത്തണം. കഴിയുന്നത്ര സമയം അമ്പലത്തിന് പ്രദക്ഷിണം വയ്ക്കണം. ബാക്കി സമയത്ത് ഭാഗവത പാരായണം കേൾക്കണം. അങ്ങനെ നോക്കിയാൽ കുറച്ചുസമയം മാത്രമാണ് ഉറങ്ങാൻ കിട്ടുന്നത്. അവിടെയും കുഞ്ചു ഒരുകാര്യം ശ്രദ്ധിച്ചു, വർണ വിവേചനം.! ഉയർന്ന ജാതിക്കാർക്ക് ശാന്തിക്കാരൻ കൈയിലാണ് പ്രസാദം കൊടുക്കുക. താണജാതിയിൽ പെട്ടവർക്ക് പ്രസാദം എറിഞ്ഞാണ് കൊടുക്കുക. ശ്രീകോവിലിൽ നേദിച്ച പ്രസാദം ഭക്ഷണമായി നമ്പൂതിരിമാർക്ക് കിട്ടും. അത് മിച്ചംവന്നാൽ മാത്രമേ മറ്റുള്ളവർക്ക് കൊടുക്കൂ. എന്താണ് ഇങ്ങനെയൊക്കെയെന്ന് കുഞ്ചു ആലോചിച്ചു. പക്ഷേ കൂടുതൽ ചിന്തിക്കാനുള്ള പാകത മനസിന് ഉണ്ടായിരുന്നില്ല. അതിനാൽ മുറതെറ്റാതെ ഭജന പൂർത്തിയാക്കി വീട്ടിലേക്ക് മടങ്ങി.

കോൺഗ്രസ് സമ്മേളനത്തിന്

കുഞ്ഞു അഞ്ചാം ഫോറത്തിൽ പഠിക്കുമ്പോഴാണ് കോൺഗ്രസിന്റെ അഖിലേന്ത്യാ സമ്മേളനം മദിരാശിയിൽ നടക്കുന്നത്. സമ്മേളനത്തിൽ പങ്കെടുക്കണമെന്ന് കുഞ്ചുവിന് വലിയ ആഗ്രഹം. അങ്ങനെ ചില കൂട്ടുകാരോടൊപ്പം മദിരാശിയിലേക്ക് യാത്രയായി. സാധാരണ ബന്ധുക്കൾ കൂടെയുണ്ടാകാറുണ്ട്. എന്നാൽ ഈ യാത്രയിൽ കുഞ്ചുവും കൂട്ടുകാരും മാത്രമാണുള്ളത്. അതിന്റെ സ്വതന്ത്ര്യമുണ്ട്. കൂടെ വന്നവർക്ക് നഗരത്തിലെ കാഴ്ചകൾ കാണണമെന്നേ ഉണ്ടായിരുന്നുള്ളൂ. എന്നാൽ കുഞ്ചുവിന്റെ ആഗ്രഹം കുറച്ച് നേതാക്കളെ നേരിൽ കാണുക എന്നതായിരുന്നു. കോൺഗ്രസിന്റെ ഒരു നേതാവിനെ പോരുന്നതിനുമുൻപ് നാട്ടിൽവച്ച് പരിചയപ്പെട്ടിരുന്നു. കെ. മാധവനാർ. അദ്ദേഹത്തിന്റെ കൈയിൽനിന്നും പ്രതിനിധി സമ്മേളനത്തിൽ പങ്കെടുക്കാനുള്ള ഒരു പാസും വാങ്ങി. അതുകൊണ്ട് സമ്മേളന നഗറിന്റെ അകത്തുകടക്കാൻ കഴിഞ്ഞു. അവിടെ എത്തിയിരിക്കുന്ന ദേശീയ നേതാക്കളെ കാണുക എന്നതായിരുന്നു കുഞ്ചുവിന്റെ പ്രധാന ആഗ്രഹം. എന്നാലോ.. അവർ പറയുന്നത് മുഴുവനായും മനസിലാകണമെന്നില്ല. ഇംഗ്ലീഷ് അത്യാവശ്യം കൈകാര്യം ചെയ്യാൻ അറിയാവുന്നതിനാൽ ചില കാര്യങ്ങളൊക്കെ കുഞ്ചുവിനും മനസിലാകും. പക്ഷേ എന്താണ് അവിടെ നടക്കുന്നതെന്നു മനസിലാക്കാമല്ലോ. അങ്ങനെ സമ്മേളന നഗറിലൂടെ പലതവണ ചുറ്റിക്കറങ്ങി. അതിനോടൊപ്പം പല സ്ഥലങ്ങളിൽനിന്നും വന്ന പ്രതിനിധികളെയും അവരുടെ ഭാഷയും വേഷവും നടപ്പുമൊക്കെ കുഞ്ചു ചുറ്റിനടന്ന് കണ്ടു. അവരുടെ ഭക്ഷണശാലകളിൽ കയറിയിറങ്ങി. വിവിധ തരത്തിലുള്ള ഭക്ഷണം കഴിച്ചു. എല്ലാം അത്ഭുതമായിരുന്നു. മദിരാശി അത്ഭുതങ്ങളുടെ നഗരമാണ്. പലവിധ കാഴ്ചകൾ നിറഞ്ഞതാണ്. അതിനകത്ത് മറ്റൊരു നഗരംപോലായിരുന്നു സമ്മേളനം നടന്ന സ്ഥലം.

കോൺഗ്രസിന്റെ മിടുക്കാണ് അത്തരത്തിൽ ഒരു സമ്മേളനസ്ഥലം ഉണ്ടാക്കിയതിനു പിന്നിലുണ്ടായിരുന്നത്. അതുകൊണ്ടുതന്നെ കുഞ്ചുവിന് കോൺഗ്രസിനോട് കൂടുതൽ ബഹുമാനം തോന്നിയ നിമിഷമായിരുന്നു അത്. ഇന്ത്യയ്ക്ക് പൂർണ സ്വാതന്ത്ര്യം വേണമെന്നതിനെക്കുറിച്ചാണ് നേതാക്കളെല്ലാം സംസാരിക്കുന്നത്. അവർ പറയുന്നതെല്ലാം മനസിലായോ എന്നു ചോദിച്ചാൽ ഇല്ല. അറിയാവുന്ന ഇംഗ്ലീഷ് വച്ച് കുഞ്ചു മനസിലാക്കിയ കാര്യമാണത്. ഒരു കാര്യം കുഞ്ചു പ്രത്യേകം ശ്രദ്ധിച്ചിരുന്നു.. അവിടെയെത്തിയ നേതാക്കന്മാരൊക്കെ സൈമൺ കമ്മിഷനെ എതിർത്താണ് സംസാരിക്കുന്നത്. പിന്നീടാണ് കുഞ്ചുവിന് അക്കാര്യം ബോധ്യമായത്. ഇന്ത്യക്ക് പൂർണ സ്വാതന്ത്ര്യം നൽകണമോ വേണ്ടയോ എന്നതിനെക്കുറിച്ച് ഒരു ചർച്ച നടന്നിരുന്നു. അതിന് തീർപ്പാക്കാൻ ബ്രിട്ടീഷ് രാജാവ് ഒരു കമ്മിഷനെ നിയമിച്ചു. ഏഴു വെള്ളക്കാർ മാത്രമുള്ള കമ്മിഷൻ. അതിന്റെ അധ്യക്ഷനാണ് സർ ജോൺ സൈമൺ. അതിനെതിരേയാണ് പ്രധാന ചർച്ചകളൊക്കെയും. കമ്മിഷനെ ബഹിഷ്ക്കരിക്കണമെന്നാണ് സമ്മേളന തീരുമാനം. കാരണം അവർ ഒരിക്കലും ഇന്ത്യക്ക് പൂർണ സ്വാതന്ത്ര്യം നൽകണമെന്ന് തീരുമാനിക്കില്ല. അക്കാര്യത്തിൽ കുഞ്ചുവിനും ഉറച്ച നിലപാടുണ്ടായിരുന്നു. അത് ഇന്ത്യക്ക് പൂർണ സ്വാതന്ത്ര്യം വേണം എന്നതു തന്നെയായിരുന്നു. സമ്മളനം കഴിഞ്ഞതിനു പിന്നാലെയാണ് സൈമൺ കമ്മിഷൻ ഇന്ത്യയിൽ അന്വേഷണത്തിന് എത്തുന്നത്. കമ്മീഷനെതിരേ ഇന്ത്യയിലെങ്ങും ശക്തമായ പ്രതിഷേധം നടത്തണമെന്ന് തീരുമാനിച്ചു. അതിന് മുന്നിൽനിന്നതും കോൺഗ്രസാണ്. ബോംബെയിൽ അവർ കപ്പലിറങ്ങുന്ന ദിവസം ഇന്ത്യയിലെങ്ങും ഹർത്താലും പണിമുടക്കും പഠിപ്പുമുടക്കും നടത്തണം. ആ സന്ദേശം പെരിന്തൽമണ്ണയിലുമെത്തി. പഠിപ്പുമുടക്കണമെന്ന് കുഞ്ചു ആഗ്രഹിച്ചിരുന്നു. എന്നാൽ വീട്ടിൽനിന്നുള്ള സമ്മർദ്ദം കാരണം അതിന് കഴിഞ്ഞില്ല. കുഞ്ചുവിന് അത് വലിയ സങ്കടമായി.

കുഞ്ചു എഴുത്തിലേക്ക്...

1927 ലാണ് കുഞ്ചുവിന്റെ ആദ്യത്തെ ലേഖനം അച്ചടിച്ചുവരുന്നത്. അത് 'പാശുപതം' എന്ന പത്രത്തിലാണ്. നമ്പൂതിരിമാരുടെ പ്രശ്നങ്ങൾ അക്കാലത്ത് കൂടുതലായും കൈകാര്യം ചെയ്തിരുന്നത് യോഗക്ഷേമം പത്രമായിരുന്നു. ഉണ്ണിനമ്പൂതിരി എന്നൊരു മാസികയും ഇതിനൊപ്പം ഉണ്ടായിരുന്നു. ഇതിനിടയിലേക്കാണ് പാശുപതം, സുദർശനം എന്നീ പത്രങ്ങളും എത്തിയത്. നമ്പൂതിരിമാരുടെ ജീവിതത്തിൽ വന്നുകൊണ്ടിരിക്കുന്ന മാറ്റത്തിന്റെ സൂചനയായിരുന്നു പുതിയ പത്രങ്ങൾ. ഈ കാലത്ത് കുട്ടികൾ കൂടുതലായി സ്കൂളിലും കോളജിലും ചേരാൻ തുടങ്ങി. എന്നാലോ..? പുതിയ തലമുറ ഇംഗ്ലീഷ് വിദ്യാഭ്യാസം നേടുന്നതിനോട് പഴയ തലമുറയിൽപ്പെട്ടവർക്ക് ശക്തമായ എതിർപ്പുണ്ടായിരുന്നു. അതിനെതിരേ യുവാക്കൾതന്നെ രംഗത്തുവന്നു. സമുദായത്തിൽ കാതലായ മാറ്റം വരണമെന്ന് അവർ വാദിച്ചു. അതിന് സ്കൂളിലും കോളജിലും പോകണം. ഇംഗ്ലീഷ് പഠിക്കണം. ഇതൊക്കെ തുറന്നുകാട്ടുന്നതിനാണ് 'പാശുപതം' ശ്രമിച്ചത്. സമുദായത്തിൽ കാര്യമായ മാറ്റം വരണമെന്ന് വാദിച്ചവരിൽ ഒരാളായിരുന്നു കുഞ്ചു. അതിനെക്കുറിച്ചുതന്നെയാണ് പാശുപതത്തിൽ ലേഖനമെഴുതിയതും. അത് ധാരാളംപേർ വായിച്ചു.

"കുഞ്ചൂ.. നന്നായിട്ടുണ്ട്. ഇനിയും എഴുതണോട്ടോ.." എന്ന് ചിലർ തുറന്നു പറഞ്ഞു. എന്നാൽ മുതിർന്നവരായ ചിലർക്ക് കുഞ്ചുവിന്റെ എഴുത്തിനോട് അത്ര താൽപര്യം ഉണ്ടായില്ല.

"ഏലംകുളത്തെ കുട്ടി എന്തൊക്കെയാണ് എഴുതി പിടിപ്പിക്കണത്. എന്തും ആവാന്നാണ് അയാള്ടെ ഭാവം.." എന്നൊക്കെയുള്ള മനോഭാവമായിരുന്നു ചിലർക്ക്. എന്നാൽ കുഞ്ചു ഒരു കാര്യം തീർച്ചപ്പെടുത്തി. എന്തൊക്കെ സംഭവിച്ചാലും എഴുത്തും വായനയും നിർത്തില്ല. മനുഷ്യന് വളരാനുള്ള ഏറ്റവും നല്ല വളമാണ് അ

തു രണ്ടും. സാമൂഹിക പരിഷ്ക്കരണവുമായി ബന്ധപ്പെട്ട ലേഖനങ്ങൾ വീണ്ടും വീണ്ടും എഴുതി. അത് യോഗക്ഷേമത്തിലും ഉണ്ണി നമ്പൂതിരിയിലും അച്ചടിച്ചുവന്നു. അതോടെ വളർന്നുവരുന്ന എഴുത്തുകാരനെന്നും ചിന്തകനെന്നുമുള്ള രീതിയിൽ ആളുകൾ കുഞ്ചുവിനെ കാണാൻ തുടങ്ങി. വളർന്നുവരുന്ന ജാതിവ്യവസ്ഥയും അന്ധവിശ്വാസങ്ങളും കുഞ്ചു ശ്രദ്ധിച്ചിരുന്നു. ലേഖനങ്ങളിൽ അതിനെതിരെയും ചില കാര്യങ്ങൾ പറയാൻ ശ്രമിച്ചു. ഇംഗ്ലീഷ് വിദ്യാഭ്യാസത്തിന്റെ ഭാഗമായി ചരിത്രത്തിലെ ചില വലിയ മാറ്റങ്ങളെക്കുറിച്ച് കുഞ്ചു പഠിച്ചിരുന്നു. അതിൽ ഒന്നായിരുന്ന ഫ്രഞ്ചുവിപ്ലവം. വിപ്ലവം എന്നാൽ മാറ്റം എന്നാണ് അർഥമെന്ന് മനസിലാക്കി. ഇന്ത്യയിലും രാഷ്ട്രീയവും സാമുഹികവുമായ മാറ്റങ്ങൾ വരേണ്ടതാണെന്ന് കുഞ്ചുവിനും തോന്നിയിരുന്നു. അങ്ങനെ ഒരു ലേഖനവും എഴുതി. 'ഫ്രഞ്ചുവിപ്ലവവും നമ്പൂതിരിസമുദായ:വും' അതായിരുന്ന പേര്. അത് അച്ചടിച്ചുവന്നത് യോഗക്ഷേമത്തിലാണ്. ആ ലേഖനം ഏറെ ശ്രദ്ധിക്കപ്പെട്ടു. അപ്പോൾ പലരും തിരക്കി.. ആരാണ് ഈ ശങ്കരൻ മ്പൂതിരിപ്പാട്.? ഇ.എം. ശങ്കരൻ നമ്പൂതിരിപ്പാട് എന്ന ശരിയായ പേരിലാണ് കുഞ്ചു ലേഖനം എഴുതിയിരുന്നത്. ഏലംകുളം മനയ്ക്കൽ ശങ്കരൻ നമ്പൂതിരിപ്പാട്. അതായിരുന്നു മുഴുവൻ പേര്. ആ പേരും ലേഖനവും സമൂഹത്തിൽ ശ്രദ്ധിക്കപ്പെട്ടു.

കോളജിലേക്ക്...

കുഞ്ചുവിന്റെ അച്ഛന്റെ സഹോദരിയുടെ പുത്രനായിരുന്നു മനയിലെ കാര്യങ്ങൾ നോക്കിയിരുന്നത്. എന്നാൽ മൂപ്പരുടെ 'ഭരണം' അത്ര നന്നാവുന്നില്ലെന്ന് അഭിപ്രായമുണ്ടായി. അതിന് പ്രധാന കാരണം മനയിലെ കാര്യങ്ങൾ നടത്താനായി അദ്ദേഹം പണം കടം വാങ്ങാൻ തുടങ്ങിയതാണ്. കുഞ്ചുവും ചേട്ടനും മുതിർന്നവരായല്ലോ. ഇനി അവർതന്നെ മനയിലെ കാര്യങ്ങൾ നോക്കിനടത്തട്ടെയെന്ന് എല്ലാവരുംകുടി തീരുമാനിച്ചു. അതോടെ കുഞ്ചുവിന് മനയിലെ കണക്കും കൃഷിയും മറ്റും നോക്കേണ്ടതായി വന്നു. അപ്പോഴാണ് മനയ്ക്ക് വലിയൊരു കടമുള്ളതായി മനസ്സിലാകുന്നത്. ശരിക്കും അങ്ങനെ കടം വരേണ്ടതായ അവസ്ഥയൊന്നും മനയ്ക്കില്ല. കാരണം പാട്ടമായി കിട്ടുന്ന നെല്ലിന് നല്ല വിലയുണ്ട്. ഒരുവിധം മനയിലെ കാര്യങ്ങളെല്ലാം അതുകൊണ്ട് നടത്തിക്കൊണ്ടുപോകാം. ഈ നില തുടർന്നാൽ കടം ഇനിയും വർധിക്കും. കുഞ്ചു പ്രധാനമായും അത്തരം കാര്യങ്ങൾ ശ്രദ്ധിക്കാൻ തുടങ്ങി. അതോടെ മനയ്ക്കലെ കാര്യങ്ങൾ കൂടുതൽ ഭംഗിയായി നടക്കാനും തുടങ്ങി. കടം കുറഞ്ഞു. അപ്പോഴേക്കും കുഞ്ചുവിന്റെ സ്കൂൾ വിദ്യാഭ്യാസം അവസാനിച്ചിരുന്നു. ഇനി കോളജിൽ ചേരണം. എന്നാൽ അതിനൊപ്പം മനയിലെ കാര്യങ്ങളും നോക്കി നടത്തണം. കോളജിൽ പോയാൽ എങ്ങനെയാണ് അതിന് കഴിയുക..? ആകെ സങ്കടത്തിലായി. നല്ല ബുദ്ധിയുള്ള കുട്ടിയല്ലേ കുഞ്ചു.? അതുകൊണ്ട് സ്വയം വായിച്ച് കാര്യങ്ങൾ മനസിലാക്കിയാൽ മതി. വെറുതെ കോളജിലൊന്നും പോകണ്ട. അതായിരുന്നു എല്ലാവരുടെയും അഭിപ്രായം. എന്നാൽ കോളജിൽ പോകണമെന്ന് കുഞ്ചു വാശിപിടിച്ചു. സമയം കിട്ടുമ്പോൾ മനയിൽ വന്ന് കണക്കും മറ്റു കാര്യങ്ങളും നോക്കിക്കൊള്ളാമെന്നും അറിയിച്ചു. ഒടുവിൽ ആ ധാരണയിൽ കോളജിൽ ചേരാൻ എല്ലാവരും സമ്മതിക്കുകയായിരുന്നു.

തൃശൂർ സെന്റ് തോമസ് കോളജിലാണ് ചേർന്നത്. അവിടെനിന്നാണ് കുഞ്ചു പൊതുപ്രവർത്തനത്തിലേക്കും എഴുത്തിലേക്കും തിരിയുന്നത്. എന്നാൽ മറ്റു കാര്യങ്ങൾക്കൊപ്പം കൃത്യമായി ക്ലാസിൽ കയറാനും പഠിക്കാനും ശ്രദ്ധിച്ചിരുന്നു. ഓരോ ദിവസവും പഠിക്കേണ്ടതായ കാര്യങ്ങൾ അന്നുതന്നെ പഠിക്കും. അതുകൊണ്ടുതന്നെ എല്ലാ പരീക്ഷകൾക്കും ഉയർന്ന മാർക്കും കിട്ടി. അതെല്ലാം കഴിഞ്ഞുള്ള ഒരു മണിക്കൂറാണ് മറ്റു പ്രവർത്തനങ്ങൾക്കായി മാറ്റിവച്ചിരുന്നത്. അതിനാൽ എല്ലാവർക്കും കുഞ്ചുവിനെക്കുറിച്ച് നല്ല അഭിപ്രായമായിരുന്നു. ഈ സമയത്താണ് വായന ഒരു ഹോബിയാക്കി മാറ്റിയത്. പഠിക്കാനാവശ്യമുള്ളതു മാത്രമല്ല, കൈയിൽ കിട്ടുന്നതെന്തും വായിക്കുക എന്ന നിലയിലേക്ക് മാറി. ലൈബ്രറി നന്നായി ഉപയോഗിക്കാൻ തുടങ്ങി. ചരിത്രം, ഭരണഘടന, ഇന്ത്യയിലേയും മറ്റു രാജ്യങ്ങളിലേയും സ്വാതന്ത്ര്യസമരങ്ങൾ എന്നിങ്ങനെയുള്ള പുസ്തകങ്ങളാണ് കുടുതലായി വായിച്ചത്.

ഉണ്ണിനമ്പൂതിരിയും കുഞ്ചുവും

കുഞ്ചു തൃശൂരിൽ പഠിക്കാനെത്തിയ സമയത്താണ് ഉണ്ണിനമ്പൂതിരി മാസിക ആഴ്ചപ്പതിപ്പായത്. അതായത് ഉണ്ണിനമ്പൂതിരി എല്ലാ ആഴ്ചയും പുറത്തിറങ്ങാൻ തുടങ്ങി. അതിന്റെ പത്രാധിപർ കെ.എൻ.കുട്ടൻ നമ്പൂതിരിപ്പാട് എന്നൊരാളായിരുന്നു. വലിയ പണ്ഡിതനായിരുന്നു അദ്ദേഹം. എന്നാൽ കാര്യങ്ങളൊക്കെ നടത്തിയിരുന്നത് വി.ടി. ഭട്ടതിരിപ്പാടായിരുന്നു. അക്കാലത്ത് കുഞ്ചു ഉണ്ണിനമ്പൂതിരിയിൽ തുടർച്ചയായി എഴുതാറുണ്ടായിരുന്നു. കുഞ്ചുവിന്റെ എഴുതാനുള്ള കഴിവ് വി.ടി.ക്ക് മനസിലായി. അതുകൊണ്ടുതന്നെ ഉണ്ണിനമ്പൂതിരിയിലേക്ക് വേണ്ടുന്ന പല കാര്യങ്ങളും കുഞ്ചുവിനെക്കൊണ്ടാണ് ചെയ്യിച്ചിരുന്നത്. സന്തോഷത്തോടെ കുഞ്ചു അതൊക്കെ ഏറ്റെടുക്കുകയും ചെയ്തു. വി.ടി.യുടെ അസിസ്റ്റന്റായിട്ടായിരുന്നു പ്രവർത്തനം. യോഗക്ഷേമവും ഉണ്ണിനമ്പൂതിരിയും രണ്ട് അഭിപ്രായവും ആശയവും ഉള്ള പ്രസിദ്ധീകരണങ്ങളാണ്. നമ്പൂതിരിമാരുടെ ഇടയിലുള്ള ചില കീഴ്‌വഴക്കങ്ങൾ അവസാനിപ്പിക്കണമെന്ന ആശയം 'ഉണ്ണിമ്പൂതിരി'ക്കുണ്ട്. അതിൽ പ്രധാനം നമ്പൂതിരി പെൺകുട്ടികൾക്ക് വിദ്യാഭ്യാസം നൽകണമെന്നതായിരുന്നു. ഒരാൾക്ക് ഒന്നിൽ കൂടുതൽ ഭാര്യമാരാവാം എന്ന സമ്പ്രദായം നിർത്തലാക്കണമെന്നും ഉണ്ണിനമ്പുതിരി എഴുതി. അതിന് മുതിർന്നവരുടെ ഭാഗത്തുനിന്നും ശക്തമായ എതിർപ്പുകൾ നേരിടേണ്ടി വന്നു. അത് കാര്യമാക്കാതെ കാര്യങ്ങൾ തുറന്നുപറയുന്ന വേദിയായി ഉണ്ണിനമ്പൂതിരി മാറി. പിന്നീട് സമുദായത്തിന് പുറത്തേക്കും ചില പ്രവർത്തനങ്ങൾ നടത്തി. ശ്രീനാരായണ ഗുരുവിന്റെയും സഹോദരൻ അയ്യപ്പന്റെയും ആശയങ്ങളും ഉണ്ണിനമ്പൂതിരിയിലൂടെ പുറത്തു വരാൻ തുടങ്ങി. പ്രസിദ്ധീകരണത്തിന് വായനക്കാർ കൂടി. മറ്റു സമുദായത്തിൽപ്പെട്ടവരും 'ഉണ്ണിനമ്പൂതിരി'യിൽ എഴുതാൻ തുടങ്ങി. 'സായിപ്പൻമാർ'ക്കെതിരെയുള്ള നീ

ക്കങ്ങളും ഗാന്ധിജി നയിച്ച സമരങ്ങളുമൊക്കെ ഉണ്ണിനമ്പൂതിരിയിലും ചർച്ചയായി. അതിൽ എഴുതുന്നതിനുവേണ്ടി കുഞ്ചു കൂടുതൽ വായിക്കാനും പഠിക്കാനും തുടങ്ങി. ഉണ്ണിനമ്പൂതിരിയിലൂടെ പ്രശസ്തരായ പലരെയും പരിചയപ്പെടാനും കഴിഞ്ഞു. കുട്ടിക്കൃഷ്ണമാരാർ, ജി. ശങ്കരക്കുറുപ്പ്, ഒ.എം.സി. നമ്പൂതിരിപ്പാട് എന്നിവർ അവരിൽ ചിലരാണ്. കുഞ്ചുവിന്റെ വളർച്ചയിൽ 'ഉണ്ണിനമ്പൂതിരി' ക്കും ഉണ്ണിനമ്പൂതിരിയുടെ വളർച്ചയിൽ കുഞ്ചുവിനും വലിയ പങ്കുണ്ടായിരുന്നു.

അടുക്കളയിൽനിന്ന് അരങ്ങത്തേക്ക്

ഒരു കാര്യം മറ്റുള്ളവരിലേക്ക് എത്തിക്കാൻ ഏറ്റവും എളുപ്പമുള്ള മാർഗമാണ് കല. അതുകൊണ്ട് സമുദായത്തിലെ ചില കാര്യങ്ങൾ പൊതുജനങ്ങളിലേക്ക് എത്തിക്കണമെന്ന ആലോചനയുണ്ടായി. അതിന് എന്തുകൊണ്ടും നല്ല കലയാണ് നാടകം എന്ന് എല്ലാവരും അഭിപ്രായപ്പെട്ടു. അക്കാലത്ത് 'പ്രഹസനം' എന്ന പേരിലായിരുന്നു നാടകങ്ങൾ അറിയപ്പെട്ടിരുന്നത്. ഒരു നാടകം എഴുതി വേദികളിൽ എത്തിക്കാൻ എല്ലാവരും ചേർന്ന് തീരുമാനിച്ചു. 'ഉണ്ണിനമ്പൂതിരി'യുടെ കാര്യങ്ങൾ വെടിപ്പായി നോക്കിയിരുന്ന വി.ടി.യെ തന്നെയാണ് അക്കാര്യം ഏൽപിച്ചത്. ചുരുങ്ങിയ സമയംകൊണ്ടുതന്നെ അദ്ദേഹം നാടകം പൂർത്തിയാക്കി. 'അടുക്കളയിൽനിന്ന് അരങ്ങത്തേക്ക്' അതായിരുന്നു നാടകത്തിന്റെ പേര്. നാടകത്തിലേക്ക് അഭിനേതാക്കളെ തിരഞ്ഞെടുക്കുന്നതായിരുന്നു ഏറ്റവും വലിയ വെല്ലുവിളി. അഭിനയിച്ച് പരിചയമുള്ളവരാരും തന്നെയില്ല. അതുകൊണ്ട് പുതിയ ആളുകളെ പരിശീലിപ്പിച്ചെടുത്തു. നടൻമാരായി തിരഞ്ഞെടുക്കപ്പെട്ടവരിൽ കുറച്ച് വിദ്യാർഥികളും ഉണ്ടായിരുന്നു. അതുകൊണ്ട് റിഹേഴ്സലുകൾ കൂടുതലും വൈകിട്ടാണ് നടന്നിരുന്നത്. എല്ലാത്തിനും മേൽനോട്ടം വഹിച്ചിരുന്നത് വി.ടി തന്നെയായിരുന്നു. കുഞ്ചുവും ചർച്ചകളിലും മറ്റും സഹായിയായി. ആ നാടകത്തിലെ പ്രധാന കഥാപാത്രത്തിന്റെ പേരും കുഞ്ചുവെന്നായിരുന്നു. അഭിനയിച്ച് പരിചയമൊന്നും ഇല്ലാത്ത നടൻമാരായിരുന്നതിനാൽ അവരെ അരങ്ങത്തേക്ക് കൊണ്ടുവരുന്നത് വലിയ ബുദ്ധിമുട്ടായിരുന്നു. പക്ഷേ റിഹേഴ്സൽ പൂർത്തിയായപ്പോൾ എല്ലാവരും 'ബലേ ഭേഷ്' പറഞ്ഞു. നാടകത്തിന്റെ അരങ്ങേറ്റം നടന്നത് എടക്കുന്നിൽ വച്ചായിരുന്നു. അതുവരെ കളിയാക്കിയവരും കുറ്റം പറഞ്ഞവരും നാടകം കണ്ടതോടെ അഭിനന്ദനവുമായി മുന്നോട്ടു വന്നു. നമ്പൂതിരി സമുദായത്തിലെ തെറ്റുകളും

പോരായ്മകളും ചൂണ്ടിക്കാട്ടാൻ നാടകം സഹായിച്ചുവെന്ന് എല്ലാവരും അഭിപ്രായപ്പെട്ടു. പല സ്ഥലങ്ങളിലും വീടുകളിലും നാടകം അരങ്ങേറി. ഒരിക്കൽ ഏലംകുളം മനയിലും നാടകം കളിച്ചു. കുഞ്ചുവിന്റെ അമ്മയും നാടകം കണ്ടു. നാടകം അമ്മയ്ക്കും ഇഷ്ടമായി. അതിലെ ചില സംഭാഷണങ്ങൾ ഉച്ചത്തിൽ പറഞ്ഞുനടക്കുകയെന്നത് അമ്മ പതിവാക്കി. ഇതുപോലെ തന്നെയായിരുന്നു നാടകം കണ്ട ആയിരക്കണക്കിന് അമ്മമാരുടെ കാര്യവും. അതുകൊണ്ടു തന്നെ 'സൂപ്പർഹിറ്റായ' ഒരു നാടകത്തിന്റെ ഭാഗമാകാൻ കഴിഞ്ഞതിൽ കുഞ്ചുവും അഭിമാനിച്ചു.

ഒരു 'വിവാഹ കമ്മിറ്റി'

നാടകം വിജയമായാൽ മാത്രം പോരല്ലോ. അതിലെ ആശയങ്ങൾ നടപ്പാക്കുകയും വേണ്ടേ..? അതിനുള്ള ശ്രമങ്ങളായിരുന്നു പിന്നീട് നടന്നത്. ഒന്നിൽ കൂടുതൽ വിവാഹങ്ങൾ പ്രോത്സാഹിപ്പിക്കാതിരിക്കുക. വൃദ്ധവിവാഹം തടയുക എന്നിവയായിരുന്നു അതിൽ പ്രധാനം. ചേട്ടൻ മറ്റു ജാതിയിലുള്ള പെൺകുട്ടിയെ വിവാഹം ചെയ്താൽ അനിയന് നമ്പൂതിരി സമുദായത്തിൽനിന്നും വിവാഹം കഴിക്കാൻ പറ്റില്ല. അതായിരുന്നു നമ്പൂതിരിമാരുടെ ഇടയിൽ അക്കാലത്തുണ്ടാക്കിയിരുന്ന നിയമം.ഇതിനെതിരെയും പ്രവർത്തിക്കണം. കുഞ്ചു അടക്കമുള്ള യുവാക്കൾ തീരുമാനിച്ചു. അതിനായി ഒരു 'വിവാഹ കമ്മിറ്റി' രൂപീകരിച്ചു. വിവാഹം നടക്കുന്ന സ്ഥലത്തെത്തി മുതിർന്നവർക്ക് കാര്യങ്ങൾ പറഞ്ഞുകൊടുക്കുക എന്നതായിരുന്നു അതിൽ മുഖ്യം. അത്തരത്തിൽ ചില വിവാഹങ്ങളിൽ പങ്കെടുക്കാൻ കുഞ്ചുവും പോയിട്ടുണ്ട്. അതിൽ പ്രധാനം കുമ്മിണി രാമൻ നമ്പൂതിരിയുടെ വിവാഹമാണ്. അദ്ദേഹത്തിന്റെ ചേട്ടൻമാരിൽ ചിലർ മറ്റു ജാതിയിൽപ്പെട്ട സ്ത്രീകളെയാണ് വിവാഹം കഴിച്ചത്. അതിനാൽ രാമന് നമ്പൂതിരി സമുദായത്തിൽനിന്നും പെണ്ണ് കിട്ടാൻ വിഷമമായിരുന്നു. ഒടുവിൽ കോട്ടയത്തുനിന്നാണ് ഒരു വിവാഹം ഒത്തത്. തൃശൂരിൽനിന്നും വിദ്യാർഥികളടക്കം അറുപതോളം പേരാണ് വിവാഹത്തിൽ സംബന്ധിക്കാനായി പോയത്. അതിൽ ഒരാൾ കുഞ്ചുവായിരുന്നു. വിവാഹംകഴിഞ്ഞ് തിരിച്ചുവരുമ്പോൾ സമുദായം 'ഭ്രഷ്ട്' കൽപിക്കുമോ എന്നൊരു ഭയമുണ്ടായിരുന്നു. എന്നാലും ഒരു നല്ല കാര്യം ചെയ്യാനാണല്ലോ പോയത് എന്ന വിശ്വാസത്തിലാണ് കുഞ്ചു പോയത്. തെറ്റായ ഒരു ആചാരത്തെ ലംഘിക്കുന്നതിലുള്ള സന്തോഷം എല്ലാവർക്കും ഉണ്ടായിരുന്നു. പക്ഷേ ഒന്നും ഉണ്ടായില്ല. വിവാഹംകഴിഞ്ഞ് രാമൻനമ്പൂതിരിയോടും ഭാര്യയോടുമൊപ്പം വിജയശ്രീലാളിതരായാ

ണ് എല്ലാവരും നാട്ടിൽ മടങ്ങിയെത്തിയത്. രണ്ടാമത്തെ വിവാഹം വി.ടിയുടേതുതന്നെയായിരുന്നു. ഒരു വൃദ്ധനമ്പൂതിരിയുമായി വിവാഹം ഉറപ്പിച്ച പെൺകുട്ടിയെയാണ് വി.ടി. വിവാഹം കഴിക്കാൻ തീരുമാനിച്ചത്. പെൺകുട്ടിക്ക് ഇളയതായി വേറെ പെൺകുട്ടികളുണ്ടായിരുന്നു. അതുകൊണ്ട് എങ്ങനെയും വിവാഹം നടത്തുക എന്നതുമാത്രമായിരുന്നു വീട്ടുകാരുടെ തീരുമാനം. എന്നാൽ പെൺകുട്ടിയുടെ സഹോദരന് വൃദ്ധവിവാഹത്തിൽ താൽപര്യമേ ഉണ്ടായിരുന്നില്ല. അങ്ങനെ സഹോദരന്റെ അഭ്യർഥനപ്രകാരം അവരെ വി.ടി. വിവാഹം കഴിച്ചു. അങ്ങനെ വി.ടി. തന്റെ നാടകത്തിലൂടെ പറയാൻ ശ്രമിച്ചത് നടത്തിക്കാണിക്കുകയും ചെയ്തു.

വിവാഹത്തിന് ഒരു പിക്കറ്റിങ്..!

ഗാന്ധിജിയുടെ നേതൃത്വത്തിൽ ബ്രിട്ടീഷുകാർക്കെതിരേ സമരം ശക്തമാക്കിയ കാലമായിരുന്നു അത്. വിദേശതുണിക്കടകളും വിദേശമദ്യഷോപ്പുകളും അവർ പിക്കറ്റ് ചെയ്തു. പിക്കറ്റ് ചെയ്യുക എന്നാൽ മുന്നിൽ ഇരുന്നും കിടന്നും മുദ്രാവാക്യം വിളിച്ചു പ്രതിഷേധിക്കുക എന്ന രീതിയാണ്. അതേ രീതിയിൽ കുഞ്ചുവും കൂട്ടരും ഒരു 'വിവാഹ പിക്കറ്റിങ്ങി'ൽ പങ്കെടുത്തിട്ടുണ്ട്. കുന്ദംകുളത്തിനടുത്തുള്ള പെരുമ്പിലാവിലാണ് ആ വിവാഹപിക്കറ്റിങ് അരങ്ങേറിയത്. രണ്ടാംവിവാഹത്തിനെതിരെയായിരുന്നു സമരം. പെൺകുട്ടിയുടെ ഒരു ബന്ധുവിന്റെ അടുത്ത ബന്ധു മുഖേനയാണ് എല്ലാവരും വിവരം അറിയുന്നത്. വൃദ്ധനും വിവാഹിതനുമായ ഒരാളാണ് പെൺകുട്ടിയെ വിവാഹം കഴിക്കാനെത്തുന്നതത്രെ. വിവാഹം തടയണമെന്ന് വിദ്യാർഥിയായ ബന്ധുതന്നെയാണ് പറഞ്ഞത്. കുഞ്ചുവടക്കം പന്ത്രണ്ടുപേർ വധുവിന്റെ വീട്ടിലേക്ക് തലേന്നുതന്നെ പുറപ്പെട്ടു. പെൺകുട്ടിയുടെ അച്ഛനോട് കാര്യങ്ങൾ പറഞ്ഞു. രണ്ടാംവിവാഹത്തിനെത്തുന്ന ആൾക്ക് മകളെ കൊടുക്കരുതെന്നും ആവശ്യപ്പെട്ടു. പക്ഷേ വിവാഹത്തിൽ നിന്നും പിന്തിരിയാൻ അദ്ദേഹം കൂട്ടാക്കിയില്ല. മാത്രവുമല്ല, അതിനായി കൂട്ടുനിന്ന ബന്ധുക്കളെ ശകാരിക്കുകയും ചെയ്തു. "വിവാഹം നടത്തികൊടുക്കേണ്ടവർ തന്നെ അത് മുടക്കാൻ ശ്രമിക്കുക. ശിവശിവ..! എന്തൊരു കഥയാണിത്." ആ വിവാഹം നടക്കില്ലെന്നും വിവരമറിഞ്ഞാൽ 'ചെറുക്കൻ' വരില്ലെന്നും ചിലർ വിശ്വസിച്ചു. എന്നാൽ വീടിനുമുന്നിൽ കിടന്ന് പ്രതിഷേധിച്ച കുഞ്ചുവിനും കൂട്ടുകാർക്കും ഇടയിലൂടെ 'ചെക്കനും' കൂട്ടരും അകത്തുകടന്നു. കേമമായി വിവാഹവും നടന്നു. പക്ഷേ പ്രതിഷേധം പേടിച്ച് പലരും വിവാഹത്തിൽ പങ്കെടുത്തില്ല. പിക്കറ്റിങ്ങുകാരെ സംബന്ധിച്ച് അത് ഒരു വലിയ വിജയമായിരുന്നു.

ഉപ്പുസത്യാഗ്രഹവും കുഞ്ചുവും

നമ്പൂതിരി സമുദായത്തിൽ അപ്പോഴേക്കും മാറ്റത്തിന്റെ കാറ്റ് വീശിത്തുടങ്ങിയിരുന്നു. അതേസമയം ഇന്ത്യയിൽ സ്വാതന്ത്ര്യത്തിനുവേണ്ടിയുള്ള സമരങ്ങളും ശക്തമായിരുന്നു. പുതിയ തലമുറയും പഴയ തലമുറയും സമരത്തിന്റെ പേരിൽ രണ്ടു തട്ടിലായിരുന്നു. എന്നാൽ രണ്ടായി നിന്നാൽ ഒരു സമരവും വിജയിക്കില്ല. അതിനാൽ ഒന്നിച്ചുനിന്ന് പോരാടണം. അതിന് ഒരു ദേശീയസമരം ആവശ്യമാണ്. പുതിയ തലമുറയുടെ നേതാവായി ജവഹർലാൽ നെഹ്റുവാണ് തിരഞ്ഞെടുക്കപ്പെട്ടത്. സഹനസമരങ്ങളുടെ നേതാവായി ഗാന്ധിയും രംഗത്തുണ്ടായിരുന്നു. ഈ സമരങ്ങളെല്ലാം കുഞ്ചുവിനെ ആകർഷിച്ചു. സമുദായത്തിൽ പരിഷ്കാരങ്ങൾ വരുത്തുന്നതിനൊപ്പം രാഷ്ട്രീയത്തിലും നമ്പൂതിരി യുവാക്കൾ താൽപര്യം കാണിച്ചിരുന്നു. ബ്രിട്ടീഷുകാർ ഇന്ത്യയിൽ ഉപ്പിന് നികുതി ഏർപ്പെടുത്തി. ഈ നിയമത്തിനെതിരേ പ്രതിഷേധിക്കുക എന്നതായിരുന്നു സമരം. അതിന് ഗാന്ധിജിയും കൂട്ടരും ദണ്ഡിയിലേക്കു നയിച്ച യാത്രയോടെയായിരുന്നു സമരത്തിന് തുടക്കം. ഇതിനെക്കുറിച്ചുള്ള വാർത്തകൾ ഇംഗ്ലീഷ് പത്രങ്ങളിൽ തുടർച്ചയായി വന്നുകൊണ്ടിരുന്നു. കുഞ്ചുവും കൂട്ടരും അതൊക്കെ ആവേശത്തോടെയാണ് വായിച്ചിരുന്നത്. ഇതുപോലെ ഒരു സമരത്തിൽ പങ്കെടുക്കാൻ കഴിയണേ എന്നായിരുന്നു അപ്പോൾ കുഞ്ചുവിന്റെ പ്രാർഥന. ദണ്ഡിസമരത്തിനു പിന്നാലെ പല സംസ്ഥാനങ്ങളിലും ഉപ്പുനിയമം ലംഘിക്കുന്നതിനായി സമരങ്ങൾ നടന്നു. കേരളത്തിൽ കേളപ്പന്റെ നേതൃത്വത്തിൽ പയ്യന്നൂരിലായിരുന്നു സമരം. അതിന് കോഴിക്കോട്ടുനിന്നും ജാഥയായി വളണ്ടിയർമാർ പയ്യന്നൂരിലേക്ക് നീങ്ങി. അവരോടൊപ്പം ചേരണമെന്ന് കുഞ്ചു ആഗ്രഹിച്ചു. എന്നാൽ അറസ്റ്റ് വരിച്ച് ജയിലിൽ പോയാൽ അമ്മയ്ക്ക് സങ്കടമാകുമെന്ന ചിന്തയാണ് കുഞ്ചുവിനെ അതിൽനിന്നും പിന്തിരിയാൻ പ്രേ

രിപ്പിച്ചത്. പഠനത്തിന് മുടക്കംവരുമെന്ന ചിന്തയും അതിനൊപ്പം ഉണ്ടായിരുന്നു. കുറച്ചുനാൾകൂടി കാത്തിരുന്നാൽ പഠനം പൂർത്തിയാകും. അപ്പോഴും സമരം തുടരുകയാണെങ്കിൽ അവരോടൊപ്പം ചേരണമെന്ന് കുഞ്ചു ആഗ്രഹിച്ചു. എന്നാൽ അപ്പോഴേക്കും സമരം ഒത്തുതീർപ്പിൽ എത്തിയിരുന്നു. വീണ്ടും സമരമുണ്ടായാൽ എങ്ങനെയും അതിൽ പങ്കെടുക്കുമെന്നുതന്നെ കുഞ്ചു തീർച്ചപ്പെടുത്തി.

രാഷ്ട്രീയത്തിലേക്ക്...

ഉപ്പുസത്യാഗ്രഹത്തോട് കുഞ്ചുവിന് താൽപര്യമുണ്ട്. എന്നാൽ സമരത്തിനിറങ്ങാൻ ബുദ്ധിമുട്ടാണ്. ക്ലാസ് മുടങ്ങുമെന്ന പേടിതന്നെയായിരുന്നു കാരണം. മുതിർന്നവരിലും സമരത്തോട് അനുഭാവമുള്ളവർ ധാരാളം ഉണ്ടായിരുന്നു. എന്നാൽ അവരിൽ ഭൂരിഭാഗവും സമരത്തിൽ നേരിട്ട് പങ്കെടുത്തിരുന്നില്ല. കേരളത്തിൽ മാത്രമല്ല ഇന്ത്യയിൽ എല്ലായിടത്തും ഇത്തരക്കാർ ധാരാളം ഉണ്ടായിരുന്നു. സമരത്തിൽ പങ്കെടുക്കുന്നവർ ജയിലിൽ പോകുമ്പോഴാണ് ഇങ്ങനെയുള്ളവർ സജീവമാകുന്നത്. പ്രകടനങ്ങളും മീറ്റിങ്ങുകളും നടത്തിയും ജയിലിൽ കിടക്കുന്നവർക്ക് പിന്തുണ നൽകിയുമൊക്കെ അവർ സമരത്തെ ഉഷാറാക്കും. ദേശീയഗാനങ്ങൾ ഉറക്കെ പാടിയാണ് ആളുകൾ ജാഥയിൽ അണിനിരക്കുക. ആ സമയത്തു നടന്ന സംഭവങ്ങളുമായി ബന്ധപ്പെട്ട പാട്ടുകളുണ്ടാക്കി അതും ഉറക്കെ ചൊല്ലിക്കൊണ്ട് ജാഥ നീങ്ങും. അത്തരത്തിലുള്ള ജാഥകളിലും പ്രവർത്തനങ്ങളിലും കുഞ്ചുവും സജീവമായി പങ്കെടുത്തിരുന്നു. തറിയിൽ നൂൽനെയ്തുകൊണ്ട് ജാഥ നടത്തിയവരും അക്കൂട്ടത്തിൽ ഉണ്ടായിരുന്നു. 'തറിജാഥ' എന്നായിരുന്നു അത് അറിയപ്പെട്ടിരുന്നത്. പൊതുയോഗങ്ങളും പ്രകടനങ്ങളും നടത്തുന്നത് സമരത്തിന്റെ ഒരു ഭാഗം മാത്രമായിരുന്നു. ഖദർ വസ്ത്രങ്ങൾ വീടുതോറും കൊണ്ടുനടന്ന് വിൽക്കാനും കുഞ്ചു കൂട്ടുകാരോടൊപ്പം പോയിരുന്നു. ഖാദി സ്റ്റോറിൽനിന്നും തുണിയെടുക്കും. കഴിയാവുന്നത്ര തുണികൾ തോളിലേറ്റി ഓരോ വീടുകളിലും കയറിയിറങ്ങിയാണ് വില്പന. വൈകിട്ട് ക്ലാസു കഴിഞ്ഞ് അഞ്ചുമുതൽ ഏഴുവരെയുള്ള സമയത്താണ് ഈ കച്ചവടം നടത്തിയിരുന്നത്. വസ്ത്രം വിറ്റുകിട്ടുന്ന തുകയും വിൽക്കാൻ കഴിയാതെ വരുന്ന തുണിയും അന്നുതന്നെ കടയിൽ എത്തിക്കും. ഇങ്ങനെ നടക്കുന്നതിനിടയിൽ നാട്ടുകാരോട് വിദേശവസ്ത്രം ബഹിഷ്ക്ക

രിക്കണമെന്ന് അഭ്യർഥിക്കും. അവരെക്കൊണ്ട് വിദേശവസ്ത്രം ഉപേക്ഷിക്കുന്നതിനുള്ള പ്രതിജ്ഞയിൽ ഒപ്പിടീക്കും. ഇത്തരത്തിലുള്ള പരിപാടികൾ കുഞ്ചുവിന് രാഷ്ട്രീയത്തിലേക്കുള്ള ചുവടുവയ്പായിരുന്നു.

വലിയ ഉത്തരവാദിത്തം

1931 ലെ ക്രിസ്മസ് അവധിക്കാലം. കുഞ്ചു കുറച്ചുദിവസം അമ്മയോടൊപ്പം ചിലവഴിക്കാനായി വീട്ടിലെത്തി. പക്ഷേ വീട്ടിൽ ഇരുന്നിട്ട് ഇരിപ്പുറയ്ക്കുന്നില്ല. കാരണം രണ്ടാം നിയമലംഘനം ആരംഭിക്കുകയാണെന്ന സന്ദേശം അപ്പോഴാണ് ലഭിക്കുന്നത്. സ്കൂളിൽവച്ച് പഠിപ്പുമുടക്കി ബ്രിട്ടീഷുകാരോട് പ്രതിഷേധിക്കാൻ കഴിഞ്ഞില്ല. പിന്നീട് ഉപ്പുസത്യാഗ്രഹത്തിലും കാര്യമായി സംബന്ധിക്കാൻ കഴിഞ്ഞില്ല. അതിന്റെ സങ്കടം കുഞ്ചുവിനുണ്ടായിരുന്നു. ഇനിയൊരു സമരമുണ്ടായാൽ അതിൽ പങ്കെടുക്കണമെന്ന് ഉറപ്പിച്ചു കഴിഞ്ഞിരുന്നു. ഈ വിവരം ചില കൂട്ടുകാരോടൊക്കെ പറഞ്ഞു. അവർ പൂർണ പിന്തുണയാണ് നൽകിയത്. എന്നാൽ വീട്ടിൽ ഇതിനെക്കുറിച്ച് ഒരു സൂചനയും നൽകിയിരുന്നില്ല. വിവരമറിഞ്ഞാൽ അമ്മ വിഷമിക്കുമെന്ന് കുഞ്ചുവിന് ഉറപ്പുണ്ട്. അമ്മയെ വിഷമിപ്പിക്കുന്ന കാര്യം ഓർക്കാൻപോലും കഴിയില്ല. അവധികഴിഞ്ഞ് കോളജുകൾ തുറന്നു. ക്ലാസുകൾ ബഹിഷ്ക്കരിച്ച് കുട്ടികൾ പഠിപ്പുമുടക്കി. പ്രതിഷേധ പ്രകടനങ്ങളും മീറ്റിങ്ങുകളും എല്ലായിടത്തും നടക്കുന്നുണ്ടായിരുന്നു. കുഞ്ചു 'ഉണ്ണിനമ്പൂതിരി'യുടെ ഓഫീസിൽ പോയി. വി.ടിയെ കണ്ടു.

"സമരത്തിനിറങ്ങണമെന്ന് ആഗ്രഹമുണ്ട്." വി.ടിയോട് പറഞ്ഞു.

"ഓഹോ.. താൻ വീട്ടിൽ അറിയിച്ചോ..?"

"ഇല്ല.." പിന്നീട് വി.ടി. ഒന്നും പറഞ്ഞില്ല. ഇനി എന്നാണ് മടക്കം എന്നു പറയാൻ പറ്റില്ല. അതിനാൽ ഉണ്ണിനമ്പൂതിരിയിലേക്കുള്ള കുറച്ച് ജോലികൾ അധികമായി ചെയ്തു. എല്ലാം കഴിഞ്ഞ് 'ഉണ്ണിനമ്പൂതിരിയോടും' വി.ടിയോടും യാത്രപറഞ്ഞു. കോഴിക്കോട്ടേയ്ക്കാണ് ഇനി യാത്ര. അവിടെയാണ് നിയമലംഘനപ്രസ്ഥാനത്തിന്റെ കേന്ദ്രം. എത്രയും വേഗം അവിടെയെത്തണം. നേരേ സ്റ്റേഷനിലേക്കാണ് പോയത്. അവിടെയെത്തിയപ്പോൾ പരിചയക്കാ

രായ കുറച്ചധികം ആളുകൾ എത്തിയിട്ടുണ്ട്. കൂടുതലും കൂട്ടുകാർ തന്നെ. അവർ ആശംസകൾ നേർന്നു. "എല്ലാം നന്നായി വരട്ടെ.." തീവണ്ടി നീങ്ങിത്തുടങ്ങിയപ്പോൾ അവർ കൈകളുയർത്തി യാത്രപറഞ്ഞു. മനസിൽ ചെറിയ ഭയമുണ്ട്. വീട്ടിൽ അറിഞ്ഞാൽ എന്താകും അവസ്ഥ..? അമ്മയക്ക് വിഷമം ആവില്ലേ..? എന്തായാലും തൽക്കാലം അതെല്ലാം മറക്കുകതന്നെ. കൂടുതൽ ചിന്തിച്ചാൽ ഒന്നും നടക്കില്ല. കോഴിക്കോട്ടെത്തിയപ്പോൾ ചില നേതാക്കളെയൊക്കെ കണ്ടു. അവരിൽ പ്രധാനിയായിരുന്നു കോങ്ങാട്ടിൽ രാമൻമേനോൻ. കുഞ്ചുവിന് അദ്ദേഹത്തെ പരിചയമില്ല. കൂടെവന്നവരാണ് പരിചയപ്പെടുത്തിയത്. "സന്തോഷം.. കേട്ടിട്ടുണ്ട്." അദ്ദേഹം ചിരിച്ചു. അപ്പോൾ കുഞ്ചു പറഞ്ഞു. "ഞാൻ വന്നത് നിയമലംഘന പ്രസ്ഥാനത്തിൽ പങ്കെടുക്കുക്കാനാണ്. അവരുടെ കൂട്ടത്തിൽ എനിക്കും ഒരു വളണ്ടിയറാകണം. സത്യാഗ്രഹത്തിൽ പങ്കെടുക്കണം. അതാണ് ആഗ്രഹം.. " അതുകേട്ടതും അദ്ദേഹം പറഞ്ഞു. "ഉവ്വോ.. എങ്കിൽ കേട്ടോളൂ.. താങ്കൾ വെറും സത്യാഗ്രഹി മാത്രമല്ല. അതിൽ പങ്കെടുക്കുന്നവരുടെ രണ്ടാം ക്യാപ്ടനാണ്. അതായത് രണ്ടാം ഡിക്റ്റേറ്റർ. കൂടുതൽ ഉത്തരവാദിത്തമുള്ള ജോലിയാണ്. ശ്രദ്ധിക്കണം." കുഞ്ചുവിന് അതുകേട്ടപ്പോൾ അമ്പരപ്പാണുണ്ടായത്. ഇത്രയും വലിയ ഒരു സമരത്തിന്റെ രണ്ടാം നേതാവാകണമെന്നാണ് ആവശ്യപ്പെടുന്നത്. ആ പദവിക്ക് 'ഡിക്റ്റേറ്റർ' എന്നാണ് പറഞ്ഞിരുന്നത്. അതിന് അർഥം സർവാധിപതി എന്നാണ്. എന്നുവച്ചാൽ സത്യാഗ്രഹത്തിന്റെ കാര്യങ്ങളിൽ തീരുമാനം എടുക്കുന്ന ആൾ എന്നാണർഥം. വലിയ ഉത്തരവാദിത്തമുള്ള ജോലി. അമ്പരപ്പുണ്ടെങ്കിലും കുഞ്ചു തലകുലുക്കി.

കുഞ്ചു ജയിലിലേക്ക്...

സത്യാഗ്രഹത്തിന്റെ 'ഡിക്റ്റേറ്റർ' എൽ.എസ്. പ്രഭുവായിരുന്നു. പക്ഷേ അദ്ദേഹത്തിന്റെ വീട്ടിൽ അതിനിടയിൽ ഒരു മരണം സംഭവിച്ചു. അതോടെ നിയമലംഘനത്തിന്റെ ഒന്നാം 'ഡിക്റ്റേറ്റർ' എം. ഗോവിന്ദ മേനോനായി. രണ്ടാം 'ഡിക്റ്റേറ്റർ' കുഞ്ചുതന്നെ. ഈ വാർത്ത പത്രങ്ങളിൽ വന്നു. ഇ.എം.ശങ്കരൻ നമ്പൂതിരിപ്പാട് സമരം നയിക്കുന്നു. മാത്രമല്ല, അതിന്റെ രണ്ടാം ക്യാപ്ടനുമാകും. കുഞ്ചുവിനെക്കുറിച്ച് കേൾക്കാത്തവരും അറിയാത്തവരും ആദ്യമായി ഇ.എം.എസ്. എന്ന പേര് കേട്ടു. അത് വലിയ വാർത്തയായി. വിവരം ഏലംകുളത്തും എത്തി. ചേട്ടൻമാർ വിവരമറിഞ്ഞു. പലരും പറഞ്ഞ് ഒടുവിൽ അമ്മയുടെ ചെവിയിലുമെത്തി. അമ്മയുടെ നിർബന്ധപ്രകാരം കുഞ്ചുവിനെ സമരത്തിൽനിന്നും പിന്തിരിപ്പിക്കാനുള്ള ശ്രമങ്ങൾ നടന്നു. അതിനുവേണ്ടി ആദ്യം ഏർപ്പാടാക്കിയിരുന്നത് ഏലംകുളം മനയ്ക്കലെ കുടുംബവക്കീലിനെയാണ്. അനന്തനാരായണയ്യർ എന്നാണ് അദ്ദേഹത്തിന്റെ പേര്. അദ്ദേഹം കുഞ്ചുവിനെ കാണാൻ കോഴിക്കോട്ടെത്തി. അമ്മ വലിയ സങ്കടത്തിലാണെന്നും അവരെ വേദനിപ്പിക്കരുതെന്നും വക്കീൽ പറഞ്ഞു. പക്ഷേ സമരത്തിൽ പങ്കെടുക്കാനുള്ള തീരുമാനത്തിൽ ഉറച്ചുനിൽക്കുകയാണെന്ന് കുഞ്ചു തീർത്തു പറഞ്ഞു. ഇതിൽനിന്നും പിന്മാറുന്നതിനേക്കാൾ മരിക്കുന്നതാണ് ഭേദമെന്നു പറഞ്ഞതോടെ വക്കീൽ മടങ്ങി. രണ്ടാമത് കുഞ്ചുവിന്റെ മനസിളക്കാനെത്തിയത് ഗുരുനാഥനാണ്. അമ്മയ്ക്കും ചേട്ടൻമാർക്കുമൊപ്പം താനും വേദനിക്കുന്നുണ്ടെന്ന് ഗുരുനാഥൻ പറഞ്ഞു. പക്ഷേ എന്തൊക്കെ സംഭവിച്ചാലും താൻ തീരുമാനത്തിൽനിന്നും അണുവിട മാറില്ലെന്ന് കുഞ്ചുവും പറഞ്ഞു. അങ്ങനെ ഗുരുനാഥനും ദൗത്യം പൂർത്തിയാക്കാനാകാതെ മടങ്ങി. 1931 ജനുവരി 17 കുഞ്ചുവിനെ സംബന്ധിച്ച്

നിർണായകമായ ഒരു ദിവസമായിരുന്നു. വൈകിട്ട് 5.30ന് മൂന്നു പേർ കടപ്പുറത്തേക്ക് നീങ്ങി. അവരുടെ കൈയിൽ ത്രിവർണ പതാകയുണ്ടായിരുന്നു. പോലീസിന്റെ കണ്ണുവെട്ടിച്ച് പല ഇടവഴികളും കയറിയിറങ്ങിയാണ് പ്രകടനം നീങ്ങുന്നത്. പ്രകടനം കടപ്പുറത്തെത്തിയപ്പോൾ അവിടെ വലിയ ആൾക്കൂട്ടമുണ്ട്. അവരിലേക്ക് കുഞ്ഞു നയിച്ച ചെറിയ പ്രകടനവും ലയിച്ചു. അധികം വൈകാതെ അവിടെയുണ്ടായിരുന്ന വലിയ ആൾക്കൂട്ടത്തിനു നടുവിൽവച്ച് കുഞ്ഞുവും മറ്റു രണ്ടുപേരും അറസ്റ്റിലായി. പുഞ്ചിരിക്കുന്ന മുഖത്തോടെ പോലീസുകാർക്കൊപ്പം കുഞ്ഞു നടന്നു.

ജയിൽ ജീവിതം!

മൂന്നുവർഷത്തെ കഠിനതടവും പിഴയുമാണ് കുഞ്ചുവിന് ശിക്ഷ വിധിച്ചത്. പിഴത്തുക അടച്ചില്ലെങ്കിൽ വീണ്ടും എട്ടുമാസംകുടി ജയിലിൽ തുടരണമെന്നായിരുന്നു കോടതി വിധി. എന്നാൽ പിഴത്തുക വീട്ടിൽനിന്നും അടച്ചു. അതിനാൽ മൂന്നുവർഷംമാത്രം അകത്തു കിടന്നാൽ മതിയായിരുന്നു. കുഞ്ചു ആദ്യം എത്തിയത് കണ്ണൂർ സെൻട്രൽ ജയിലിലാണ്. അവിടെ എ.കെ. ഗോപാലൻ, കൃഷ്ണപിള്ള എന്നീ തടവുകാരും ഉണ്ടായിരുന്നു. രണ്ടുപേരെക്കുറിച്ചും കുഞ്ചു നേരത്തേ കേട്ടിട്ടുണ്ട്. എല്ലാ ജാതിയിൽ പെട്ടവർക്കും ക്ഷേത്രങ്ങളിൽ പ്രവേശനം അനുവദിക്കണം എന്നാവശ്യപ്പെട്ട് നാടെങ്ങും വലിയ സമരങ്ങൾ നടക്കുന്ന സമയമായിരുന്നു അത്. ഗുരുവായൂർക്ഷേത്രത്തിനു മുന്നിലും ഒരു സത്യാഗ്രഹം നടന്നു. അതിന്റെ ക്യാപ്ടനായിരുന്നു എ.കെ.ജി. കൃഷ്ണപിള്ളയും സമരത്തിൽ പങ്കെടുത്തിരുന്നു. സമരത്തിൽ പങ്കെടുത്തതുമായി ബന്ധപ്പെട്ടാണ് രണ്ടുപേരും കണ്ണൂർ ജയിലിൽ എത്തുന്നത്. എന്നാൽ രണ്ടുപേരും സി ക്ലാസ് തടവുകാരായിരുന്നു. കുഞ്ചുവാകട്ടെ എ ക്ലാസ് തടവുകാരനും. അതുകൊണ്ടുതന്നെ അവരെയൊക്കെ വല്ലപ്പോഴും മാത്രമാണ് കാണാൻ കഴിയുക. എ ക്ലാസ് തടവുകാർക്ക് വായിക്കാൻ ധാരാളം പുസ്തകങ്ങളും മാസികകളും കിട്ടും. എന്നാൽ സി ക്ലാസുകാർക്ക് ഇതൊന്നും കിട്ടുകയുമില്ല. അതുകൊണ്ട് പുറത്തുനടക്കുന്ന സംഭവങ്ങൾ എ.കെ.ജിയും മറ്റും അറിഞ്ഞിരുന്നത് കുഞ്ചുവിലൂടെയാണ്. അവിടെനിന്നും അധികം വൈകാതെ കുഞ്ചു വെല്ലൂർ ജയിലിലെത്തി. അവിടെയാണ് കൂടുതൽ കാലം കുഞ്ചുവിന് ചിലവഴിക്കേണ്ടി വന്നത്. ദക്ഷിണേന്ത്യയിൽ നിന്നുള്ള വലിയ വലിയ നേതാക്കൻമാരെയെല്ലാം അന്ന് വെല്ലൂർ ജയിലിലാണ് പാർപ്പിച്ചിരുന്നത്. അതുകൊണ്ടുതന്നെ അവരുമായൊക്കെ സൗഹൃദം സ്ഥാപിക്കാൻ കഴിഞ്ഞു. രാജഗോപാലാചാ

രി, പട്ടാഭി സീതാരാമയ്യ, നാഗേശ്വരറാവു എന്നിവർ അവരിൽ ചിലരാണ്. ജയിലിൽ എഴുത്തിനും വായനയ്ക്കുമായാണ് കുഞ്ചു കൂടുതൽ സമയവും മാറ്റി വച്ചിരുന്നത്. കുറച്ചുനാളുകൾ ജയിലിലെ സ്റ്റോറിൽ കണക്കുപുസ്തകം പരിശോധിക്കുന്ന ജോലിയും ചെയ്തു. ജയിലിന് അകത്താണെങ്കിലും പുറംലോകവുമായി ബന്ധപ്പെടാൻ കുഞ്ചുവിന് അവസരങ്ങളുണ്ടായിരുന്നു. അത് കൂടുതലും കത്തുകളിലൂടെയാണ്. ചിലപ്പോൾ സന്ദർശകരിലൂടെയും നാട്ടിലെ വിവരങ്ങൾ അറിഞ്ഞിരുന്നു. ജയിൽ ജീവിതത്തിനിടയിലാണ് കൂടുതൽ വായിക്കാനും എഴുതാനും കഴിഞ്ഞത്. എന്നാൽ രണ്ടു വർഷം കഴിഞ്ഞപ്പോൾ നിയമലംഘനം തുടരേണ്ടതില്ലെന്ന് ഗാന്ധിജി തീരുമാനിച്ചു. അതോടെ ജയിലിൽ ഉണ്ടായിരുന്ന മുതിർന്ന നേതാക്കൾ ഒഴികെയുള്ളവരെയെല്ലാം മോചിപ്പിച്ചു. അക്കൂട്ടത്തിൽ കുഞ്ചുവും ഉണ്ടായിരുന്നു.

1933 സെപ്റ്റംബർ ഒന്നിനായിരുന്നു അത്. ഒരു തിരുവോണ ദിവസം. ആരെയും അറിയിക്കാതെയാണ് പട്ടാമ്പിയിൽ തീവണ്ടിയിറങ്ങിയത്. എന്നിട്ടും വഴിയിൽ കണ്ടുമുട്ടിയവരുടെ സ്നേഹവും സ്വീകരണവും കുഞ്ചുവിനെ അത്ഭുതപ്പെടുത്തി.

അമ്മയ്ക്ക് നൽകിയ വാക്ക്..!

ജയിലിൽനിന്നും മടങ്ങിയെത്തിയെത്തിയപ്പോൾ അമ്മ പരിഭവത്തിലായിരുന്നു. അത് ജയിലിൽ കിടന്നതിന്റെ പേരിൽ ആയിരുന്നില്ല. അമ്മയെ വിട്ട് പോയതിന്റെ പേരിലായിരുന്നു. പിന്നീട് കണ്ടപ്പോൾ അമ്മ ജീവിതതതിൽ ആദ്യം കാണുന്ന ഒരാളെ കാണുന്നതുപോലെയാണ് കുഞ്ചുവിനെ നോക്കിനിന്നത്. ഒടുവിൽ ചോദിച്ചു. "കുഞ്ചൂ.. നീയിനി അമ്മയെ വിട്ട് പോകോ..?" അതിന് കുഞ്ചുവിന് മറുപടി ഉണ്ടായിരുന്നില്ല. കാരണം ഇനിയുള്ള ജീവിതത്തെക്കുറിച്ച് ഉറച്ച തീരുമാനവുമായാണ് നാട്ടിൽ എത്തിയിരിക്കുന്നത്. അത് മുഴുവൻ സമയ രാഷ്ട്രീയ പ്രവർത്തകൻ ആവുക എന്നതായിരുന്നു. എങ്കിലും അമ്മയുടെ സ്നേഹം നിറഞ്ഞ ചോദ്യത്തിന് "ഇല്ല" എന്നാണ് കുഞ്ചു മറുപടി പറഞ്ഞത്. അപ്പോൾ ആ മുഖത്ത് നിലാവ് പരക്കുന്നത് കുഞ്ചു കണ്ടു. പക്ഷേ അമ്മയ്ക്ക് വാക്കു കൊടുത്തശേഷവും കുഞ്ചു രാഷ്ട്രീയവും പൊതുപ്രവർത്തനവും എഴുത്തുമൊക്കെ സജീവമാക്കിയിരുന്നു. ആ വർഷം നവംബറിൽ ഗാന്ധിജി കേരളം സന്ദർശിക്കാനെത്തി. വിവിധ സ്ഥലങ്ങളിൽ അദ്ദേഹത്തിന് സ്വീകരണവും പണക്കിഴി നൽകലും ഏർപ്പാടാക്കിയിരുന്നു. വള്ളുവനാട്ടിലും അദ്ദേഹത്തിന് സ്വീകരണം നടത്തണമെന്ന് തീരുമാനിച്ചു. അതിന് ചുക്കാൻ പിടിച്ചവരിൽ ഒരാൾ കുഞ്ചുവായിരുന്നു. അങ്ങനെ വീണ്ടും കുഞ്ചു പൊതുപ്രവർത്തനത്തിൽ സജീവമായി. അതിനിടയിൽ ഒരു ദിവസമാണ് കുഞ്ചുവിന് ഏറെ പ്രിയപ്പെട്ട അമ്മ മരിക്കുന്നത്. കുഞ്ചുവിന് അത് താങ്ങാൻ കഴിയുന്നതിലും വലിയ ആഘാതമായിരുന്നു. ഇനി 'കുഞ്ചേ'ന്ന് വിളിക്കാൻ അമ്മയില്ലല്ലോ. ഒരു വലിയ തണൽമരം ഉണങ്ങിയതുപോലായിരുന്നു കുഞ്ചുവിന് അമ്മയുടെ മരണം. പക്ഷേ ഒരു പൊതുപ്രവർത്തകന് അധികനാൾ സങ്കടപ്പെട്ടിരിക്കാൻ കഴിയില്ലല്ലോ.

കുഞ്ചു എന്ന കമ്മ്യൂണിസ്റ്റ്..!

കോൺഗ്രസിൽ പ്രവർത്തിച്ചിരുന്നപ്പോഴും ഇടതു ചിന്താഗതി ഉൾക്കൊണ്ടായിരുന്നു കുഞ്ചു പ്രവർത്തിച്ചിരുന്നത്. അതിന് സ്വാധീനം ചെലുത്തിയവരിൽ ഒരാളായിരുന്നു പി. കൃഷ്ണപിള്ള. കുഞ്ചുവിന് വലിയ ബഹുമാനമുള്ള ഒരാൾ. പലപ്പോഴും അദ്ദേഹവുമായി ചർച്ചകൾ നടത്താറുണ്ട്. അതു ചിലപ്പോൾ തർക്കങ്ങളിലും എത്താറുണ്ട്. ഒരു ദരിദ്ര കർഷക കുടുംബത്തിൽ ജനിച്ച ആളായിരുന്നു കൃഷ്ണപിള്ള. വീതമായി കിട്ടിയ കുടുംബസ്വത്ത് വിറ്റ് ജോലിതേടിപ്പോയ അദ്ദേഹം പല കമ്പനികളിലും ജോലി ചെയ്തിട്ടുണ്ട്. തൊഴിലാളികളുടെയിടയിൽ അവരുടെ മുന്നിൽനിന്ന് പ്രവർത്തിച്ചു. വലിയ വലിയ സമരങ്ങളിൽ പങ്കാളിയായി. ജയിലിൽ കിടന്നു. ഇതൊക്കെ കുഞ്ചു നേരത്തെ ശ്രദ്ധിക്കുന്നുണ്ടായിരുന്നു. കൃഷ്ണപിള്ളയോട് വലിയ ആദരവും കുഞ്ചുവിനുണ്ടായിരുന്നു. അതുകൊണ്ട് കൃഷ്ണപിള്ളയുമായുള്ള കൂടിക്കാഴ്ചകൾക്ക് വലിയ താൽപര്യമായിരുന്നു. വായനയിൽനിന്നും കമ്മ്യുണിസ്റ്റ് രീതിയെക്കുറിച്ചുള്ള ചില ചിന്തകൾ കുഞ്ചുവിൽ നിറഞ്ഞുതുടങ്ങിയിരുന്നു. അങ്ങനെയിരിക്കെയാണ് കുഞ്ചുവിനെ കാണാനായി രണ്ടുപേർ വീട്ടിലേക്ക് എത്തുന്നത്. സുന്ദരയ്യയും ഘാട്ടെയും..! രണ്ടുപേരും മുതിർന്ന കമ്മ്യൂണിസ്റ്റ് പ്രവർത്തകരാണ്. പാർട്ടിയിൽ ഒരാൾക്ക് അംഗത്വം ലഭിക്കണമെങ്കിൽ സീനിയറായ രണ്ടു മെമ്പർമാർ ശുപാർശ ചെയ്യണം. കുഞ്ചുവിനെ പാർട്ടിയിലേക്ക് ശുപാർശചെയ്യാനായി എത്തിയതായിരുന്നു സുന്ദരയ്യയും ഘാട്ടെയും. എന്നാൽ പാർട്ടിയിൽ അംഗമാകുന്നതിനെക്കുറിച്ച് അന്ന് രണ്ടുപേരും ഒന്നും സംസാരിച്ചില്ല. കമ്മ്യൂണിസ്റ്റ് ആശയങ്ങളെക്കുറിച്ച് ചർച്ച ചെയ്യുക മാത്രമാണ് ചെയ്തത്. എന്നാൽ തന്നെ ഒരു കമ്മ്യൂണിസ്റ്റുകാരൻ ആക്കിയതിൽ ഈ മൂന്നുപേർക്കും പങ്കുണ്ട് എന്നതിൽ കുഞ്ചു ഉറച്ചുവിശ്വസിച്ചിരുന്നു.

പുതിയ ജീവിതം, പുതിയ രീതി..!

കുഞ്ചു ജയിൽമോചിതനായി എത്തിയപ്പപ്പോൾ അമ്മ ആഗ്രഹിച്ചത് ഒരു കാര്യം മാത്രമായിരുന്നു. കുഞ്ചുവിന്റെ വിവാഹം. അത് ഉടനെ നടത്തണം. അതിന് പ്രധാന കാരണം കുഞ്ചുവിന്റെ ഊരുചുറ്റൽ അവസാനിപ്പിക്കുക എന്നതായിരുന്നു. അങ്ങനെയെങ്കിലും കുഞ്ചുവിനെ ഏലംകുളത്ത് കിട്ടുമല്ലോ. പക്ഷേ ഓരോരോ കാര്യങ്ങൾ പറഞ്ഞ് അന്നൊക്കെ കുഞ്ചു വിവാഹത്തിൽനിന്നും ഒഴിഞ്ഞുമാറി. എന്നാൽ അമ്മയുടെ മരണശേഷം അടുപ്പക്കാരായ പലരും ഇക്കാര്യം സൂചിപ്പിച്ചു. പിന്നീട് സുഹൃത്തുക്കളും ബന്ധുക്കളുമൊക്കെ നിർബന്ധപൂർവം ഇക്കാര്യം കുഞ്ചുവിനോട് പറഞ്ഞു. അതോടെ വിവാഹം കഴിക്കാം എന്ന തീരുമാനത്തിലെത്തി. വിവാഹം കഴിക്കണമെങ്കിൽ ഒരു പെണ്ണിനെ കിട്ടണമല്ലോ. അതത്ര എളുപ്പമുള്ള കാര്യമല്ലെന്ന് പിന്നീടാണ് മനസിലായത്. ജയിലിൽ പോയത് വലിയ കുറ്റമായി പലരും കണ്ടു. വിവാദമായ ഒരു നാടകത്തിന്റെ പിന്നിൽ പ്രവർത്തിച്ചതും തെറ്റുതന്നെ. പിന്നെങ്ങനെ കുഞ്ചുവിന് പെണ്ണു കൊടുക്കും.? എന്നാൽ ഇഷ്ടത്തോടെയും പൂർണസമ്മതത്തോടെയും ചില ആലോചനകൾ വന്നു. പുരോഗമനവാദിയും രാഷ്ട്രീയക്കാരനുമായ ഒരു നല്ല യുവാവാണ് കുഞ്ചു എന്ന നിലയിലായിരുന്നു അത്തരത്തിലുള്ള ആലോചനകൾ വന്നത്. അങ്ങനെയാണ് കോട്ടയം ജില്ലയിൽനിന്നുള്ള ഒരു ആലോചന വന്നത്. കുടമാളൂര് എന്ന സ്ഥലത്തുനിന്നായിരുന്നു അത്. ആര്യ എന്നാണ് പെൺകുട്ടിയുടെ പേര്. കുടമാളൂരിൽ തെക്കേടത്ത് ഇല്ലത്തെ വാസുദേവൻ ഭട്ടതിരിപ്പാടിന്റെ സഹോദരിയാണ്. വാസുദേവൻ ഭട്ടതിരിപ്പാടിനെ കുഞ്ചുവിന് അറിയാം. കുമാരനല്ലൂരിൽ യോഗക്ഷേമസഭയുടെ സമ്മേളനത്തിന് എത്തിയപ്പോൾ പരിചയപ്പെട്ടതാണ്. പിന്നീട് മാവേലിക്കരയിൽ സമ്മേളനം കഴിഞ്ഞ് മടങ്ങുമ്പോൾ തെക്കേടത്ത് ഇല്ലത്ത് പോയിട്ടുമുണ്ട്. പക്ഷേ അന്ന് ആര്യയെ കണ്ടതായി ഓർക്കുന്നില്ല. മൂന്നു വയസുള്ളപ്പോൾ ആര്യയുടെ അച്ഛൻ മരിച്ചതാണ്. അധികമൊന്നും ആലോചിച്ചില്ല. എല്ലാവർക്കും അറിയുന്ന കുട്ടിയാണ്. സുഹൃത്തിന്റെ സഹോദരിയുമാണ്. അങ്ങനെ വിവാഹം നി

ശ്ചയിച്ചു. എന്നാൽ ഇക്കാര്യമൊന്നും ആര്യ അറിഞ്ഞിരുന്നില്ല. വിവാഹത്തിന് ആഴ്ചകൾക്കു മുൻപാണ് തന്റെ വിവാഹം തീരുമാനിച്ച വിവരം ആര്യ അറിയുന്നത്. പൊതുപ്രവർത്തകനാണ് 'കക്ഷി'യെന്ന് ആരോ പറഞ്ഞറിഞ്ഞു... അത്രമാത്രം. അധികം വൈകാതെ കുഞ്ചു വിവാഹിതനായി. വിവാഹശേഷം വധു വരന് ചോറ് വിളമ്പിക്കൊടുക്കണം. എന്നിട്ട് വരൻ ഉണ്ടുകഴിയുമ്പോൾ അതിന്റെ ബാക്കി വധുവും ഉണ്ണണം. 'എച്ചിൽ' എന്നാണ് അതിന് പറയുന്നത്. സമുദായത്തിൽ നിലനിന്നിരുന്ന ഒരു ചടങ്ങായിരുന്നു അത്. ഒരു നാട്ടുനടപ്പ് എന്നു പറയാം. എന്നാൽ ഊണുതുടങ്ങിയപ്പോൾ കുഞ്ചു പറഞ്ഞു. "ഭാര്യ എന്റെ എച്ചിൽ കഴിക്കുന്നത് എനിക്കിഷ്ടമല്ല. ഒരു ഇലയിട്ടുകൊടുക്കൂ. അവർ ഇവിടെ ഇരിക്കട്ടെ.." അങ്ങനെ കുഞ്ചുവിന്റെ തൊട്ടടുത്ത് മറ്റൊരു ഇലയിൽ ഊണു കഴിച്ച് ആര്യ എഴുന്നേറ്റു. നിലവിലുണ്ടായിരുന്ന രീതി ധിക്കരിച്ചതിൽ ചിലർ മുറുമുറുത്തു. പക്ഷേ ആരെയും കൂസാത്ത ആ രീതി ആര്യയ്ക്ക് ഇഷ്ടമായിരുന്നു. നാളുകൾക്കുശേഷം അവർതന്നെ ഇക്കാര്യം പറയുകയും ചെയ്തു.

ഒളിവിലെ ജീവിതവും ഇൻസ്പെക്ടറുടെ മരണവും

കുഞ്ചു എന്ന ഇ.എം.എസ്. ഒരു കമ്മ്യൂണിസ്റ്റായതോടെ പോലീസിന്റെ പ്രധാന നോട്ടപ്പുള്ളിയായി. കമ്മ്യൂണിസ്റ്റ് പ്രവർത്തനങ്ങളെ സർക്കാർ നിരോധിച്ച സമയമായിരുന്നു അത്. ഇ.എം.എസിന്റെ മേൽ 'കണ്ണുവേണ'മെന്ന് ഉയർന്ന പോലീസ് അധികാരികൾ അറിയിപ്പു നൽകി. കാരണം പാർട്ടിയുടെ ബുദ്ധികേന്ദ്രങ്ങളിൽ ഒരാളായിരുന്നു കുഞ്ചു. അതോടെ ഇടത്തോട്ടും വലത്തോട്ടും അനങ്ങാൻ വയ്യാത്ത അവസ്ഥയിലായി കാര്യങ്ങൾ. അപ്പോൾ പി. കൃഷ്ണപിള്ള അടക്കമുള്ളവർ പറഞ്ഞു. "ഇ.എം. തൽക്കാലം ഒന്നു മാറിനിൽക്കുന്നതുതന്നെയാണ് നല്ലത്. വെറുതെ അവരുടെ കണ്ണിൽ പെടണ്ടല്ലോ.." അതു ശരിയാണെന്ന് തോന്നി. അങ്ങനെ ഒളിവിൽ പോകാൻ തീരുമാനിച്ചു. മറ്റാരും അറിയാതെ കുറച്ചുനാൾ ഒളിച്ചു താമസിക്കണം. ഈ സമയത്ത് വീടുമായും വീട്ടുകാരുമായും ഒരു ബന്ധവും പാടില്ല. 1940 ഏപ്രിൽ 28ന് രാത്രി അദ്ദേഹം വീട്ടിൽനിന്നും പുറത്തിറങ്ങി. മകൾ ഉണ്ടായിട്ട് ഒരു വയസ് ആകുന്നതേയുള്ളൂ. മകളെ കാണാതെ ദിവസങ്ങളോളം കഴിയണം. അത് കുറച്ചു ബുദ്ധിമുട്ടുള്ള കാര്യമാണ്. പക്ഷേ ഒരു കമ്മ്യൂണിസ്റ്റ് ഇതൊക്കെ സഹിച്ചേ പറ്റൂ. ഭാര്യയോട് ഒരു യാത്ര പോകുന്നുവെന്ന് മാത്രം നേരത്തെതന്നെ പറഞ്ഞിരുന്നു. എങ്ങോട്ടാണെന്ന് അവർ ചോദിച്ചില്ല. കുഞ്ചു പറഞ്ഞതുമില്ല. ഇടയ്ക്കിടെ ഇത്തരത്തിൽ വീട്ടിൽനിന്നും 'മുങ്ങാ'റുള്ളതാണ്. പക്ഷേ ഇത്തവണ അങ്ങനെയല്ല. ലക്ഷ്യമില്ലാത്ത യാത്രയാണ്. എന്നാൽ പോകേണ്ട സ്ഥലത്തേക്കുറിച്ച് പി. കൃഷ്ണപിള്ളയ്ക്ക് നിശ്ചയമുണ്ടായിരുന്നു. അവിടെ തങ്ങാനുള്ള ഏർപ്പാടും ചെയ്തിരുന്നു. പലവഴി കറങ്ങി വയനാട്ടിലെ മാനന്തവാടിയിലാണ് ആദ്യം യാത്ര അവസാനിച്ചത്. അവിടെ

കുഞ്ഞിരാമൻ മേസ്തിരി എന്നൊരാളുടെ വീട്ടിൽ രണ്ടുദിവസം കഴിഞ്ഞു. അവിടെ മറ്റു വീട്ടുകാരാരും അറിയാതെയായിരുന്നു കഴിഞ്ഞത്. പിന്നീട് അവിടെനിന്നും മറ്റൊരിടത്തേയ്ക്ക്. വായനയില്ല, നിത്യവും ചെയ്തുകൊണ്ടിരുന്ന ക്ഷൗരമില്ല, കൃത്യമായ കുളിയില്ല.. ഇടയ്ക്കിടയ്ക്ക് ഒളിച്ചു താമസിക്കുന്ന സ്ഥലങ്ങൾ മാറിക്കൊണ്ടിരുന്നു. അങ്ങനെ ഒടുവിൽ കറങ്ങിത്തിരിഞ്ഞ് കണ്ണൂരിലെ മൊറാഴയിലെത്തി. പി. കൃഷ്ണപിള്ളയും അവിടെയുണ്ട്. കർഷകരെയും സാധാരണക്കാരെയും പോലീസ് ഭീഷണിപ്പെടുത്തുന്നു, ക്രൂരമായി മർദിക്കുന്നു. അതിനെതിരെ നാടെങ്ങും പ്രതിഷേധം നടക്കുകയാണ്. മൊറാഴയിലെ അഞ്ചാം പീടികയിലും ഒരു യോഗം നടത്താൻ തീരുമാനിച്ചു. അതിൽ കുഞ്ചുവും പങ്കെടുക്കുന്നുണ്ട്. വൈകിട്ടാണ് യോഗം. ചില നേതാക്കൻമാർകുടി പങ്കെടുക്കുന്നുണ്ട്. വലിയ ജനക്കൂട്ടം യോഗത്തിനെത്തി. വിവരമറിഞ്ഞ് പോലീസും എത്തി. കുട്ടിക്കൃഷ്ണമേനോൻ എന്നൊരാളായിരുന്നു ഇൻസ്പെക്ടർ. മീറ്റിങ്ങ് നടത്തരുതെന്ന് അയാൾ ആവശ്യപ്പെട്ടു. പക്ഷേ അതൊന്നും വകവയ്ക്കാതെ മീറ്റിങ്ങ് ആരംഭിച്ചു. അതോടെ പോലീസ് ലാത്തിവീശി. ജനക്കൂട്ടത്തിനു നേർക്ക് പോലീസ് പാഞ്ഞുകയറി. ക്രൂരമായ മർദനം. പലർക്കും പരുക്കേറ്റു. എന്നിട്ടും പോലീസ് അടങ്ങാനുള്ള ലക്ഷണമില്ല. ഒടുവിൽ സഹികെട്ടപ്പോൾ ജനക്കൂട്ടവും പ്രതികരിച്ചു. അവരുടെ കൈയിൽകിട്ടിയ ഏക ആയുധം കരിങ്കല്ലാണ്. അതുകൊണ്ടാണ് ജനക്കൂട്ടം ആക്രമണം നടത്തിയത്. ഇൻസ്പെക്ടറെ ആരോ എറിഞ്ഞുവീഴ്ത്തി. അയാൾ മരിച്ചു. കൂടെ ഒരു പോലീസുകാരനും മരിച്ചു. അതുകേട്ടതോടെ ആളുകളിൽ പരിഭ്രാന്തി പരന്നു. ഓരോരുത്തരായി അവരുടെ വീടുകളിലേക്ക് പോയി. “ഇനി ഇവിടെ നിൽക്കുന്നത് ആപത്താണ്. വേഗം ഇ.എം.എസിനെ രക്ഷപ്പെടുത്തണം. മറ്റുള്ളവരും രക്ഷപ്പെടണം.” അങ്ങനെ കുഞ്ചുവും മറ്റുള്ളവരും അവിടെനിന്നും മാറി. 1942 ആഗസ്റ്റ് 2 വരെ ഇ.എം.എസിന്റെ ഒളിവു ജീവിതം തുടർന്നു. പിന്നീട് പ്രത്യക്ഷപ്പെട്ടെങ്കിലും 1948 ജനുവരി മുതൽ 1951 വരെ വീണ്ടും ഒളിവിൽ പോയി.

ലോകത്തെ ഞെട്ടിച്ച നേതാവ്..!

സ്വാതന്ത്ര്യം കിട്ടിയശേഷമുള്ള ആദ്യത്തെ തെരഞ്ഞെടുപ്പാണ്. അതും ബാലറ്റ് പേപ്പറിലൂടെ. കേരളം ആരാണ് ഭരിക്കേണ്ടതെന്ന് ജനങ്ങൾ തീരുമാനിക്കാൻ പോകുന്നു. എല്ലായിടത്തും വലിയ ആവേശമാണ്. കേരളത്തിന്റെ വടക്കേയറ്റത്തുള്ള നീലേശ്വരത്തുനിന്നും ഇ.എം.എസ്. തെരഞ്ഞെടുപ്പിൽ നിൽക്കണം. അത് കേരളത്തിലെ കമ്മ്യൂണിസ്റ്റ് നേതാക്കളുടെ ആഗ്രഹമായിരുന്നു. ജനങ്ങൾക്ക് വലിയ ആവേശമായിരുന്നു. അവർ കുഞ്ചുവിനുവേണ്ടി വോട്ട് ചോദിച്ചുനീങ്ങി. അത്തരത്തിൽ ഒന്ന് ആദ്യത്തെ അനുഭവമാണ്. ആവേശത്തോടെ ജനങ്ങൾ വോട്ടു ചെയ്തു. നീലേശ്വരത്തുനിന്ന് ഇ.എം.എസ്. വിജയിച്ചു. കമ്മ്യൂണിസ്റ്റ് പാർട്ടിക്ക് കേരളത്തിൽ ഭൂരിപക്ഷവും കിട്ടി. മുഖ്യമന്ത്രി സ്ഥാനത്തേയ്ക്കും ഇ.എം.എസ് തന്നെ തെരഞ്ഞെടുക്കപ്പെട്ടു. ബാലറ്റിലൂടെ തെരഞ്ഞെടുക്കപ്പെട്ട ലോകത്തിലെ ആദ്യത്തെ മന്ത്രിസഭയുടെ തലവനാണ്. സത്യപ്രതിജ്ഞയ്ക്ക് പോകാനായി അദ്ദേഹം കുളികഴിഞ്ഞ് പുറത്തേക്കു വന്നു. കട്ടിലിൽ ഒരു മുണ്ട് മടക്കിവച്ചിട്ടുണ്ട്. അതെടുത്ത് ഉടുത്തു. ഫുൾസ്ലീവ് ഷർട്ടെടുത്തിട്ടു. “ഇനി വൈകരുത്. വേഗം രാജ്ഭവനിലെത്തണം.” കൂടെയുണ്ടായിരുന്നവർ പറഞ്ഞു. ഒരു കാറിൽ അദ്ദേഹം ചില ചങ്ങാതിമാരോടൊപ്പം രാജ്ഭവനിലേക്ക് കുതിച്ചു. അധികാരമേറ്റ് തിരിച്ചെത്തിയപ്പോൾ ഭാര്യ ചോദിച്ചു. “എന്റെ സെറ്റുമുണ്ട് ഉടുത്തിട്ടാണോ അങ്ങ് സത്യപ്രതിജ്ഞയ്ക്ക് പോയത്.?” അപ്പോഴാണ് അദ്ദേഹവും അതു ശ്രദ്ധിക്കുന്നത്. ശരിയാണ്. കുളികഴിഞ്ഞുവരുമ്പോൾ കട്ടിലിൽ ആദ്യം കണ്ടത് ഇതാണ്. സ്വന്തം മുണ്ടാണെന്നു കരുതിയാണ് അതെടുത്ത് ഉടുത്തത്.

എല്ലാക്കാലത്തും ഇതായിരുന്നു ഇ.എംഎസ്. സ്വന്തം കാര്യ

ത്തിൽ തികച്ചും അശ്രദ്ധനായ മനുഷ്യൻ. എന്നാൽ ജനങ്ങളുടെ കാര്യത്തിൽ എന്നും ശ്രദ്ധാലുവായിരുന്നു അദ്ദേഹം. അവരുടെ കാര്യത്തിൽ ഒരു വിധത്തിലുള്ള വിട്ടുവീഴ്ചകളും ഉണ്ടായിരുന്നില്ല.

●

www.ingramcontent.com/pod-product-compliance
Lightning Source LLC
LaVergne TN
LVHW040824051026
849519LV00007BA/2736